வெக்கையை விரும்பும் வலசை

வழிப்போக்கன்

டிஸ்கவரி பப்ளிகேஷன்ஸ்
எண்: 9, பிளாட் எண்: 1080A, ரோஹிணி பிளாட்ஸ்
முனுசாமி சாலை, கே.கே.நகர் மேற்கு,
சென்னை - 078. பேச: 9946650

வெக்கையை விரும்பும் வலசை (கவிதைகள்)
ஆசிரியர்: வழிப்போக்கன்©

VEKKAIYAI VIRUMBUM VALASAI

Author: **Vazhippookkan**©

Print in India.

First Edition: FEB - 2022

வெளியீட்டு எண்: 0138

Pages: 128

Rs. 140

Publisher • *Sales Rights*

Discovery Publications	**Discovery Book Palace (P) Ltd**
No. 9, Plot,1080A,	No. 6, Mahaveer Complex,
Rohini Flats,	Munusamy Salai,
Munusamy Salai,	K.K.Nagar West,
K.K.Nagar West,	Chennai-078.
Chennai - 078.	Ph: (044) 47
Mobile: +91 9946650	Mobile: +91 8707070

discoverybookpalace@gmail.com
WWW.DISCOVERYBOOKPALACE.COM

இந்த நூலில் பிரசுரமாகியுள்ள எந்த ஒரு பகுதியையும் பதிப்பாளரின் எழுத்துபூர்வமான முன்அனுமதி பெறாமல் எடுத்தாள்வதோ, மறுபிரசுரம் செய்வதோ, மொழியாக்கம் செய்வதோ, அச்சு மற்றும் மின்னணு ஊடகங்களில் மறுபதிப்புச் செய்வதோ, காப்புரிமைச் சட்டப்படி தடை செய்யப்பட்டுள்ளது. இந்த நூலிலிருந்து குறிப்பிட்ட பகுதிகளை மேற்கோள்காட்டி புத்தக விமர்சனம் செய்ய, ஊடகங்களுக்கு மட்டும் அனுமதி உண்டு.

உங்கள் மொபைல் போனிலிருந்து ஸ்கேன் செய்து 'டிஸ்கவரி புக் பேலஸ்' மொபைல் ஆப்பை டவுன்லோடு செய்து, புத்தகங்களை வாங்குங்கள்.

சமர்ப்பணம்

துவளும்போதெல்லாம்
தொலைவிலிருந்து தாங்கிப் பிடிக்கும்
கலை இலக்கிய விமர்சகர்
கவிஞர் **இந்திரன்** அவர்களுக்கும்,

மண்ணிலிருந்து மறைந்தாலும் தொலைவிலிருந்து
அன்பால் ஆசீர்வதிக்கும்
மகாகவி **ஜெ.பிரான்சிஸ்** கிருபாவுக்கும்.

நனி நன்றிகள்

கவிஞர் **கோ.வசந்தகுமாரன்**
கவிஞர் **ரவிசுப்பிரமணியன்**
சகோதரி **ரெமா**
தம்பி **சத்தியேந்திரன் பெரியசாமி**
கவிஞர் **மு.பாலசுப்ரமணியன்**
(தமிழ்ச்சங்கத் துணைத் தலைவர் * பாண்டிச்சேரி)

கவிஞர் **இளங்கவி அருள்**
(மீறல் இலக்கியக் கழகம் * பாண்டிச்சேரி)

கவிஞர் **நா.வே.அருள்**
எழுத்தாளர் **தசரதன்**
அண்ணன் **செல்வம் நமச்சிவாயம்** * காஞ்சிபுரம்
அண்ணன் **பழனிவேல்** * அந்தியூர்

வாழ்த்துரை

வாழ்க்கையின்
இருளும் மர்மமும் நிறைந்த
குறுக்குச் சந்துகளில் நடமாடுகின்றன
உங்கள் கவிதைகள்
அற்புதம் நிகழ்த்தியிருக்கிறீர்கள்
வாழ்த்துகள் வழிப்போக்கன்.

இந்திரன்
கலை இலக்கிய விமர்சகர்

அதனால் அவன் எழுதுகிறான்...

பெருவெடிப்பில் பறந்து வந்து உருத்தெரியாமல் படியும் சாம்பலெனத் துயரம் மனதில் தொடர்ந்து படிந்த போதிலும், மெல்ல அதை தன் நம்பிக்கைக் கரங்களால் விலக்கிவிட்டுத் தனக்கான கொண்டாட்டங்களை, தனக்கானக் களியாட்டங்களை அவன் தனக்குள்ளேயே தீர்மானித்துக் கொள்கிறான்.

அதையும் மீறி...

அவனை அமைதியிழக்கச் செய்யும் ஏதோவொன்று தொடர்ந்து அனுமதியின்றி நிகழ்ந்துகொண்டேயிருக்கிறது.

ஒரு சராசரியிடமிருந்து சற்றே மாறுபட்ட கண்ணோட்டத்தைக் கொண்ட அவன், தான் காணும் காட்சிகளின் வழியே தொடர்ந்து தன் நிம்மதியை இழந்துகொண்டேயிருக்கிறான்.

அவனை அவமானப்படுத்த சுற்றெங்கிலும் நாள்தோறும் ஏதோவொன்று தொடர்ந்து நடந்துகொண்டேயிருக்கிறது.

ரிக்டர் அளவுகோல்களால் அளக்க முடியாத அவனுக்குள் நிகழும் ரகசிய பூகம்பங்கள் தொடர்ந்து அவனுக்குள் பேரதிர்வை உண்டாக்கியபடியே இருக்கிறது.

காரணமின்றி பெருவெடிப்பும் பிரளயங்களும் சப்தமின்றி அவனுக்குள் தொடர்ந்து நடந்துகொண்டே யிருக்கிறது.

அவன் அடிமனதில் படிந்த நீங்காத் துயரமொன்று சதா புரண்டுப் படுத்துக்கொண்டேயிருக்கிறது.

தளும்பத் தளும்பப் போதாமைகளால் நிரம்பிய அவன் வாழ்வு தொடர்ந்து அவனை அலைகழித்துக்கொண்டே இருக்கிறது. அப்போதும் ஏதோவொன்றில் அல்லது ஏதோவொன்றால் அவன் நிறைவைக் கண்டடைகிறான்.

பகிர யாருமற்றத் துயரங்கள் அல்ல சந்தோஷங்களே, பங்கெடுத்துக்கொள்ள ஆட்களற்றத் தோல்விகள் அல்ல வெற்றிகளே அவனை அதிகம் துன்புறுத்துகின்றன.

அணு சோதனையின்போது உண்டாகும் பெருங் குழியைப் போல கதிர்வீச்சுடன் கூடிய ஒரு மாபெரும் வெற்றிடம் அவனுக்குள் நிரந்தரமாய் உண்டாகிவிடுகிறது.

சொற்களால் சுற்றிவலைக்கப்படும் ஏதோவோர் கணம் அவனை முன்னோக்கி உந்திக்கொண்டேயிருக்கிறது.

அதனால் அவன் எழுதுகிறான்; ஓயாமல் எழுதுகிறான்; தொடர்ந்து எழுதுகிறான்; தாய் மடியில் பாதுகாப்புடன் விளையாடும் குழந்தையென மொழியின் மடியில் சொற்களோடு விளையாடியபடியே அவன் எழுதுகிறான்.

அப்படி ஒருவனால் எழுதப்பட்டதுதான் இத்தொகுதி.

நிறை நேசங்களுடன்,
வழிப்போக்கன்
9952980286

அன்பின் பொருட்டு ஊசலாடும் எளிய மனங்களை கண் முன் நிறுத்திய தக்கை பாபுவுக்கு

பாபுவின் மரணமென்று அறிவிக்கும்
கண்ணீர் அஞ்சலி விளம்பரத்தைக் காண்கிறேன்
ஒளி பொருந்திய அவன் கண்கள்
இதயத்தில் ஊடுருவுகிறது
மின்னதிர்ச்சியில் பின்வாங்கும் கரங்களைப் போல
நொடிக்கும் மேல் நோக்கத் திராணியில்லாத
எனது கண்கள் சட்டென திசை மாறுகிறது
அப்போதும் எதன் பொருட்டு பாபு
இந்த உலகைக் காணச் சகிக்காமல்
தனது கண்களை இவ்வளவு சீக்கிரம்
மூடிக்கொண்டானென சிந்தனை மேலெழும்புகிறது
இறந்ததாய் பாபு எழுதிய மரணக் கவிதையில்
அம்முவின் பெயரைக் கேட்டு ஒரு நொடி கண் திறந்து
பின் மூடிக்கொண்ட பாபு ஏன் உண்மையில் இறந்தபோது
கண்களைத் திறக்கவேயில்லை
அம்முவிடமிருந்து அழைப்பு வந்ததென
அருகில் இருந்தவர்கள்
யாரும் பாபுவுக்குச் சொல்லவில்லையா
இல்லை அருகில் யாருமே இல்லையா
மரணத்தைத் தள்ளிப்போடும் வல்லமை இருந்தும்
ஏன் அம்முக்கள் கவிதையோடு மட்டும்
வாழ அனுமதிக்கிறார்கள்
பாபுவிடம் கவிதைகளைக் கொடுத்து வாசிக்க
கனவு கண்ட நான் ஏன் பாபுவுக்கு
இந்த இரங்கல் கவிதை எழுதும் துர்பாக்கியசாலியானேன்
ஏன் விடையில்லா கேள்விகள்
வாழ்வில் தொடர்ந்தபடியே இருக்கிறது.

மெல்லிய மனசுக்காரன்
மகாகவி பிரான்சிஸ் கிருபாவுக்கு

அமாவாசை முடிந்து
16.09.2021 அன்று நீ இறந்த
மாலைக்கு பின்பு வந்த
09.75 நாளான வளர்பிறை நிலா
127.973 டிகிரி சாய்ந்து
0.54 கோணத்தில் தோன்றி
87.88 சதவிகிதம் ஒளிர்ந்ததென்று
அறிவியல் ஆய்வு கூறுகிறது
அன்றுதான் கிருபா,
நிலா எனக்கு முதன்முறையாக
பார்க்கச் சகிக்காமல்
அத்தனை அருவருப்பாய்த் தோன்றியது.

மனநலக் காப்பகக் குறிப்புகள்

இம்முறை வேறொரு அறை
பொருத்தப்பட்டப் புன்னகையுடன்
வழக்கமான இரண்டு மூன்று கேள்விகளைக் கேட்கிறார்
அதே மனநல மருத்துவர்

நானும் சற்று முன் சுடச்சுடத் தயாரித்த
எனது புன்னகையை அவருக்கு வழங்கிவிட்டு
வழக்கமான அதே பதிலைச் சொல்கிறேன்

அரைகுறையானத் தமிழில்
சில கேள்விகளைக் கேட்கிறார்
அது எனது முப்பதாண்டுகால வாழ்க்கையின்
வலி மிகுந்த சம்பவங்களைக் குறித்து
அவர் அறிந்துகொள்ள விரும்பும் கேள்வியாயிருக்கிறது

புரிந்துகொண்டவனாய்
மணிக்கொருமுறை நிகழ்ந்த அவமானத்தை
நாளுக்கொருமுறை நிகழ்ந்த புறக்கணிப்பை
வாரத்திற்கொருமுறை நிகழ்ந்த துரோகத்தை
தொடர்கதையென இந்நாள் வரை நீளும்
அந்த நெடிதுயரத்தை
அதனால் எனக்குள் நிகழும் வினோதமான பூகம்பங்களை
வித்தியாசமான பிரளயங்களை
அடுக்கிக்கொண்டே போகிறேன்.
எல்லாவற்றையும் கூர்ந்து கவனித்து
பொறுமையாய்க் கேட்ட பின்பு
ஒரு கட்டத்தில் காலக்கெடு முடியப்போகும் தருணத்தில்
மருத்துவர் ஒரு கேள்வி எழுப்புகிறார்

‘‘மருந்து மாத்திரைகள் முழுமையாக
உங்களை குணப்படுத்தும் என்று
நீங்கள் இன்னும் நம்புகிறீர்களா?’’ என்று
அக்கணத்தில் அந்த மனநல மருத்துவர்
என் எதிரில் சட்டென
ஒரு மந்திரவாதியாய் உருமாறுகிறார்
அவர் மீதிருந்த நம்பிக்கையும் மரியாதையும்
ஒருசேர சரியத் தொடங்குகிறது
நரம்பில் நேரடியாக செலுத்தப்பட்ட விஷம் போல
துயரம் உடல் முழுக்கப் பரவத் தொடங்குகிறது
வலியில் உடலும் மனமும்
சேர்ந்துத் துவளத் தொடங்குகிறது

வெடித்து வெளிவரும் கூரான எனது கண்ணீர்
அவரைக் காயப்படுத்திவிடக் கூடாதென்று
தலை கவிழ்ந்தபடி அழுகிறேன்
சிறிது நேரத்தில் வழக்கம் போல
என்னை நானே சமாதானப்படுத்தி
கண்களைத் துடைத்துக்கொண்டு
நிமிர்ந்து அவர் முகத்தைப் பார்க்கிறேன்
சிவந்த எனது கண்கள்
நிச்சயம் அவரிடம் அழுத்தமாய்ச் சொல்லியிருக்கும்
நீங்கள் மருத்துவரில்லையென்று

உயரழுத்த மின்சாரம் பாய்ந்ததைப் போல
சற்று நேரம் நிலைகுலைந்து உறைந்திருந்த அவர்
பொய்யான எனது புன்னகையால்
மீண்டும் இயல்புக்குத் திரும்புகிறார்.
பின் பொய்யான சில சமாதானங்களை
எனக்கு மருந்தாய்த் தருகிறார்
முன் கூட்டியே வாங்கிவிட்டப் பணத்திற்கு.

இணையமும் இருபத்திநான்கு மணிநேரப் போக்குவரத்தும்
நியான் விளக்குகளும் எல்.இ.டி. விளக்குகளும்
மாறி மாறி பளபளக்கும் வணிக வளாகங்களும்
அடுக்குமாடிகளும் நிறைந்த
ஒரு மாநகர மருத்துவமனையிலிருந்து
உங்களைக் குணமாக்க மருந்தில்லையென்ற
அவநம்பிக்கை நிறைந்த சொல்லையும்
உலர்ந்த கண்ணீர்த் துளிகளையும்
சுமக்க முடியாமல் சுமந்தபடி
நீங்கள் மருத்துவமனையால் கைவிடப்பட்டு
ஆறுதலின்றி விஞ்ஞானம் அசுர வேகத்தில்
வளர்ச்சியடைந்திருக்கும்
ஒரு மாநகரத்திலிருந்து நீங்கள்
நிராதரவாய் வெளியேறியிருக்கிறீர்களா..?

இல்லையெனில்
என்னக் காரணமென்று என்னிடம் கேட்காமல்
அப்படியேதும் உங்களுக்கோ அல்லது
உங்கள் பிள்ளைக்கோ நிகழவேக் கூடாதென்று மட்டும்
உங்கள் கடவுளிடம் கொஞ்சம்
ஆழமாய் வேண்டிக்கொள்ளுங்கள்.
*

மனநலக் காப்பகக் குறிப்புகள்

தனக்குத்தானே முகச்சவரம் செய்துகொள்கிறான்
முடி திருத்த வருபவரின் குடும்பம் பற்றி
அக்கறையுடன் விசாரிக்கிறான்
தாழ்ப்பாள் கழற்றப்பட்டக் குளியலறைக் கதவின் பின்னே
பாதுகாப்பிற்கு பக்கட்டை காவல் வைத்துக் குளிக்கிறான்
பறிக்க நினைத்துப் பின் ஏதோ ஞாபகம் வந்தவனாய்
விரல்களை மடக்கிக்கொண்டு காப்பகத்தின் நடுவே
பூத்திருக்கும் செம்பருத்திப் பூக்களின்
அருகிலமர்ந்து அமைதியாய் அழுகிறான்
தூக்க மாத்திரைகளிடம் தோல்வியடைந்த
பின்னிரவில் எழுந்து அறையின் சுவற்றில் ஏதேதோ
கிறுக்கிக்கொண்டிருக்கிறான்

காலையில் பார்வையிட வரும் மருத்துவர்
அந்த கிறுக்கல்களைக் குறித்து கேள்வியெழுப்புகிறார்

அவனோ இரவு உங்களுக்கு எடுத்த
ஓவிய வகுப்பென்றுச் சொல்லிச் சிரிக்கிறான்
கிறுக்குக்கும் கலைக்கும்
என்ன சம்பந்தமென்றுப் புரியாமல்
மாத்திரையின் வீரியத்தைக் கூட்டும்படி
குறிப்பொன்றை கேஸ் ஹிஸ்டரியில் எழுதிவிட்டு
அமானுஷ்யங்கள் நிறைந்த அந்த வகுப்பறையை விட்டு
குழப்பத்துடன் வெளியேறுகிறார் மனநல மருத்துவர்.

இருவருக்கும் பொதுவாய்
மருத்துவமும் பிராய்டும் அங்கே மறைமுகமாய்
மன்னிக்க முடியாத குற்றவாளியாகிறார்கள்.

மனநலக் காப்பகக் குறிப்புகள்

மருந்து வாசத்தோடு
நிசப்தம் பேசிக்கொண்டிருக்கும்
மனநல மருத்துவமனையின் வராந்தாவில்
வடநாட்டு யுவதியொருத்தி அந்நிய மொழியில்
பெருங்குரலெடுத்துக் கதறுகிறாள்

சுற்றியிருந்தவர்களின் இதயம்
அதிர்ந்தடங்குவதற்குள்
வராந்தாவின் நிசப்தத்தையும் வெற்றிடைத்தையும்
ஒன்றாய்க் கிழித்துக்கொண்டு
ஆடையை கழற்றியெறிந்தபடியே
எதையோ நோக்கி அதிவேகத்தில் ஓடுகிறாள்

வளாகத்தைப் பதற்றம் பற்றிக்கொள்ள
எல்லோர் கவனமும் அப்பெண்ணின் மீது குவிகிறது
இயலாமையின் கனமானக்
கயிறுகொண்டு கட்டப்பட்டிருந்த
ஆண்கள் சிலர் கலக்கத்தில் தலை கவிழ
குரூரமான கண்கள் சில சபலத்தில்
அவள் சதைக்குவியலை முற்றுகையிடுகிறது.

மனிதாபிமானத்தால் பின்னப்பட்ட இதயங்கள் சில
பதறியோடி துண்டைக் கொண்டு
அவள் அவயங்களை மறைத்துச் சமாதானப்படுத்துகிறது.
சற்றே தன்னிலைக்குத் திரும்பியவள்
பக்கவாட்டுச் சுவற்றில் சாய்ந்து
எல்லோருக்கும் பொதுவாய் ஒரு பெருமூச்செறிகிறாள்.

எந்தச் சலனமுமின்றி சிலர்
எதையோ வெறித்தபடி பக்கத்தில் அமர்ந்திருக்க
அவர்களில் நானும் ஒருவனாய் அமர்ந்து
இதனை எழுதிக்கொண்டிருக்கிறேன்

பெண்ணின் நிர்வாணத்தை
எந்தச் சலனமுமில்லாமல்
எந்தச் சபலமுமில்லாமல் அல்லது
எந்தப் பதற்றமுமில்லாமல்
வேடிக்கைப் பார்த்தபடி அமர்ந்திருக்க
அல்லது இயல்பாய் இதனை எழுதிமுடிக்க
மனம்பிழன்ற ஒருவனால் மட்டுமே முடியும்.
*

வழிப்போக்கனின் மருத்துவமனைக் குறிப்புகள்

வாழ்தலில் அதீத வலிகளைக் கூட்டும்
பழமையானக் கேள்விகளுள் ஒன்று
மருத்துவர் எழுப்பும்
'கூட யாரும் வரலையா..?'
என்கிறக் கேள்வி.

வாதை கொல்லும் அந்த நேரத்தில்
நாதியற்றவன் உதிர்க்கும்
கணநேர உறைந்த மௌனத்திற்குப் பின்னால்
ஒளிந்துக் கிடக்கிறது
ஓராயிரம் பெருங்கடல்களின்
நூறாயிரம் பேரிரைச்சல்கள்

பகிர யாருமற்றவனின் துயரங்கள்
அந்தப் பெருங்கடலை விடவும்
மிகப்பெரியது

யாருடனும் பகிர முடியாத சோகங்கள்
அந்தப் பேரிரைச்சல்களை விடவும்
மிகக்கொடியது.
*

இதயத்தின் பூட்டையுடை

சிதிலமடைந்தக் கோவில் கோபுரத்தில்
சுதந்திரமாய் வசிக்கும் மாடப் புறாக்கள்.

இயக்கத்தை நிறுத்திக்கொண்ட மொட்டைப் பனையில்
இனவிருத்திக்காக அடைகாக்கும் பச்சைக் கிளிகள்

கைவிடப்பட்ட இருப்புப் பாதையின் புதருக்கு மத்தியில்
கர்வமாய்ப் பூத்திருக்கும் காட்டுப் பூக்கள்

சூறைக்காற்றில் வேரோடு சாய்ந்த
மரத்தின் மீது இளைப்பாறும் முகவரியற்றப் பறவைகள்

இடுகாட்டில் வளர்ந்திருக்கும் தாழிப் பனையில்
மகரந்தத்துடன் விரிந்திருக்கும் கடைசிப் பூக்கள்

பழங்காலக் கட்டடத்தைப் பிளந்து
நம்பிக்கையுடன் வெளிவரும் இளந்தளிர்

ஆபத்தான நெடுஞ்சாலையின் நடுவில்
பயமின்றி மலர்ந்திருக்கும் போகன்வில்லாப் பூக்கள்

பரபரப்பான நகரத்தின் நடைமேடையில்
செங்கொன்றை மலரைப்போல சிரிக்கும்
ஏழைக் குழந்தை

வாழ்தலில் துயரம் துரத்துகிறது
அதனாலென்ன
இதயத்தின் பூட்டையுடைத்துக் காண்
வாழ்க்கை அதியழகானது.

*

பயம்

*

நிலையாமையை முன் வைத்து நகரும்
இந்த வாழ்க்கையைப் பார்த்து
என்றுமே பயந்ததில்லை
தத்துவமென்கிறப் பெயரில்
இதுதான் வாழ்க்கையென்று
ஒரு வாக்கியத்திற்குள்
வாழ்க்கையை அடைக்கிறவர்களைப்
பார்த்தால்தான்
அத்தனை பயமாக இருக்கிறது.
*

*

எதிரிலுள்ளவர்கள் யாரும்
தேவனில்லையென்கிற
உண்மையை நான் தெரிந்துகொண்டபோது
யார் முன்பும்
புனிதமாய் நடிக்க வேண்டியத்
தேவையெனக்கு இல்லாமலேப்போனது.
*

*

நெடுஞ்சாலையிலிருந்து
தன்னைத் துண்டித்துக்கொண்டு
தனியே பிரிந்து
புத்தனைப்போல மௌனித்திருக்கும்
கிராமங்களை இணைக்கும் ஒற்றையடிப் பாதைகள்
அரண்மனையைத் துறந்து வெளியேறிய
சித்தார்த்தனை ஏனோ ஞாபகப்படுத்துகிறது.

*

*

மீளவே முடியாதபடிக்கு
மனிதனைச் சுற்றி
மறைமுகமாய்ப் பின்னப்பட்ட
மிகப் பழமையான வலை
பசி
மீளும் முயற்சியிலேயே
முடிந்து போகிறது மனிதனின்
பாதி வாழ்க்கை.

*

*

வஞ்சகம் நிறைந்த வார்த்தைகளில்லை
தேனில் குழைத்தப் பொய்களில்லை
புகார்களைக் கொண்டு வரும் அழைப்புகளில்லை
சங்கடங்களை உண்டாக்கும் புன்னகைகளில்லை
சஞ்சலங்களை உண்டாக்கும் சமாதான்ங்களில்லை
குரூரங்களின் மீது கட்டப்பட்டக் கருணைகளில்லை
அன்பென்று பரிமாறப்படும் துரோகங்களில்லை
பலவீனங்களின் மணிக்கட்டை
கீறிப் பார்க்கும் மனிதர்களில்லை
இக்கணம் இத்தனிமை
எத்தனை உவப்பானதாயிருக்கிறது
நொதித்த சாராயத்தின்
சுத்தமான போதையைப் போல
கிறங்க வைக்கும் இந்த வாழ்க்கை
ஆபத்தின் மீதும் ஆசுவாசத்தின் மீதும்
மாறி மாறி நடக்கிறது
அசுத்தமான வெளிச்சத்திலும்
தூய இருளிலும்.

*

அளவீடுகளும் மதிப்பீடுகளும்

அழத்தெரியாத ஒருவனை
ஆசைப்படத் தெரியாத ஒருவனை
விருப்பு வெறுப்புகளுக்கு
அப்பாற்பட்ட ஒருவனை
நிகழ்த்தப்பட்ட துரோகங்களை
எளிதாய் மறந்துவிட்ட ஒருவனை
இயல்பாய் சிரிக்கப் பழகிய ஒருவனை
சூழ்ச்சிகளை அறவே தொலைத்துவிட்ட ஒருவனை
எல்லாவற்றுக்கும் மேலாக
பிறன்மனை நோக்காத
அறம் சார்ந்த ஒருவனைத்தான்
நாம் பைத்தியம் என்கிறோம்.

அவனுடைய நிர்வாணத்தைவிட
நமது பொய்யான அலங்காரங்கள்
எத்தனை அருவருப்பானது
நமது அளவீடுகளுக்குள் பொருந்தாத ஒருவனை
இப்படித்தான் நாம் பைத்தியம் என்றே சொல்லி
பழக்கப்பட்டுவிட்டோம்

எதுவொன்றைக் குறித்தும்
எவரொருவரைக் குறித்தும்
நமது அளவீடுகளும் மதிப்பீடுகளும்
எத்தனைப் பைத்தியக்காரத்தனமானது என்று
துளியும் உணராமலே.
*

இனியவளுக்கு

உயிரில் விழுந்துவிட்ட உன்னை
முற்றாய் எடுத்துப் போட்டுவிட்டு
இவ்வாழ்வையெப்படி தனித்துப் பருகுவதென்று
இன்னுமெனக்குத் தெரியவில்லை.
*

*
முற்றுப்பெறாத
கவிதையின் மொழியென
நீ எனக்குள் நிறைவாயெனில்
செத்துச் செத்துப் பிழைக்கும்
பிரிவையே நான்
அடுத்தப் பிறவியிலும் தேர்ந்தெடுப்பேன்
உன்னை மொழிக்குள் அடக்குவதும்
சமயங்களில் உன்னையே
நான் மொழியாக்கிக்கொள்வதும்
உனக்கு நான் வைத்த
பெயரைப் போலவே
அத்தனை இனிமையாயிருக்கிறது
காலத்தால் அழிக்க முடியாத
மரணமற்ற ஒருத்தியென
இம்மொழிக்குள் நீ அவதாரமெடுக்கிறாய்
பிரவாகமென நான் அதில்
நனைந்து களிக்கிறேன்.
*

கொலைக்கான சாத்தியக்கூறுகள்

பிணம் எரிந்தடங்கியப் பின்
மெல்ல அமைதிக்குத் திரும்பும் சுடுகாட்டில்
புதரில் பதுங்கியிருந்த நச்சரவங்கள்
பேச்சு வார்த்தைக்கு வெளிவருகின்றன

பேயலையும் பாதையென அடையாளம் காட்டப்பட்ட
சுடுகாட்டை இணைக்கும் ஒற்றையடிப் பாதையில்
தொழுவத்திலிருந்து தப்பித்த மாடொன்று
சாவகாசமாய் படுத்தபடி
அசைபோட்டுக்கொண்டிருக்கிறது

சுடுகாட்டைப் பல காலமாய்
அடையாளங்காட்டிய தாழிப் பனைமரம்
பட்டுப்போனப் பின் பிசாசு வசிப்பதாய்
கதைப் பின்னப்பட்டது
பொய்யென நிரூபிக்கும் பொருட்டு
மரத்துளையில் வசிக்கும் ஆந்தையொன்று
திடீரென அலறி அதன் இயல்புக்குத் திரும்புகிறது

சுடுகாட்டில் எல்லாமும்
அதனியல்பில் அமைதியாய் இருக்க
அதைக் கடந்து எனது நகரத்திற்குத் திரும்புகிறேன்
காரணமின்றி இப்போது மனிதர்கள் வசிக்கும்
அவ்விடத்தின் மேல் எனக்கு பயம் பற்றிக்கொள்கிறது

இப்போதெல்லாம் பேய் பிசாசுகள் வசிப்பதாய்ச் சொல்லும்
சுடுகாட்டைக்கூட இயல்பாய் கடக்க முடிகிறது
சக மனிதனின் மரணத்தை பொருட்படுத்தாத
மனிதர்கள் வசிக்கும் இந்நகரத்தைத்தான்
இயல்பாய் என்னால் கடக்க முடியவில்லை

மனிதாபிமானமற்ற ஆட்சியாளர்களால்
ஆளப்படும் இந்நகரம்
ஒரு கொலைக்கான சாத்தியக்கூறுகளை
விரிவாக்கிக்கொண்டே இருக்கிறது.
*

*

தாழப் படர்ந்த
தருவின் கிளைதனில்
கிழிந்த புடவையின் தயவோடு
சுதந்திரமாய் ஊஞ்சல் கட்டி ஆடும்
சிறுமியின் களிப்பை
காலம் கருணையின்றி
மெல்லக் களவாடுகிறது
வளர்ச்சியென்கிறப் பெயரில்
அதிவிரைவாய் அவள் அங்கே
வளர்ப்புப் பிராணியாகிறாள்
போட்ட உணவை உண்டு
ஆணைகளுக்குக் கீழ்ப்படிந்து
சொன்ன வேலையைத்
தட்டாமல் செய்யப்
பழக்கப்படுத்தப்படுகிறாள்
கனவுகளையும் விருப்பங்களையும்
கருணையின்றி தற்கொலை
செய்துகொள்ளத் தூண்டிவிட்டு
பிணமென அலையும்
அவளைத்தான் பிற்காலத்தில்
வாய் கூசாமல் பெண் என்கிறோம்.

*

இயேசு..?

உயிர்த்தெழுதலற்ற ஒரு மரணம்
சாத்தியமா இயேசு..?
சுயநலமாய் வாழ்ந்தால் சாத்தியம் மகனே

துன்பங்களிலிருந்து விடுபடுதல்
மரணத்தின் மூலம் சாத்தியமா இயேசு..?
இல்லை மகனே
மரித்த பின்பும் இன்னும் நான் சிலுவையில்தான்
தொங்கிக்கொண்டிருக்கிறேன் பார் மகனே

யூதாசு துரோகியா இயேசு..?
இல்லை மகனே
தச்சனின் மகனாகிய மனுஷகுமாரனை
அவனே தேவனாக்கினான்
நீ வெற்றி பெற வேண்டுமெனில்
நண்பர்களைவிட அதிகமாய்
துரோகிகளைச் சம்பாதி மகனே

தலை சாய்க்க இப்போதாவது
இடம் கிடைத்ததா இயேசு..?
இல்லை மகனே
இப்போது தேவாலயம்
காமுகர்களின் கூடாராமாக இருக்கிறது
அதனால் இன்னும் இளைப்பாறுதல் இல்லை மகனே

மனிதர்களின் மீது இன்னும்
வருத்தமுண்டா இயேசு..?
ஆம் மகனே ஏன் படைத்தோமென்று
ஒரு சம்பவம் சொல்வீரா இயேசு..?
உயிர் வலியைப் பதுக்கி அரசியல் செய்கிறார்கள் மகனே

இம்முறை நீர் ரட்சிக்க மாட்டீரா இயேசு..?
வரலாற்றுப் பிழையை
மீண்டும் செய்ய மாட்டேன் மகனே

உங்களுக்கு இப்போது என்ன வேலை இயேசு..?
பிழைகளற்ற ஒரு பூமியை
தயாரிப்பது குறித்து யோசிக்கிறேன் மகனே

எனக்கு அங்கு இடமுண்டா இயேசு..?
சாத்தான் இல்லாமல் கடவுள் ஏது மகனே
நீயே அங்கும் எனக்கு போட்டியாளர் மகனே

பதில்களுக்கு நன்றி இயேசு..!

நான் கையாலாகதவன் என்ற
மாபெரும் ரகசியத்தை வெளியில் சொல்லாதிரு
ஆப்பிள் தோட்டத்தில் பாதி
உனக்கு தருகிறேன் மகனே.
*

மனித விசித்திரங்கள்

காட்சி: 1

வேட்டையில் உதிர்ந்த
பறவையின் இறகொன்றை எடுத்து
சலனமின்றி காது குடைகிறான்
சலனத்திற்கும் நிச்சலனத்திற்கும்
துளியளவு இரக்கம்தான் வித்தியாசம்
இறகை வீசியெறிந்து இப்போது
வேகும் பறவைக்கறியில்
உப்பைச் சரி பார்க்கிறான்
பசி நேரத்துப் பிழைகள் பல நேரங்களில்
பரலோகத்தில் கணக்கிலெடுத்துக் கொள்ளப்படுவதில்லை.

காட்சி: 2

அநாதையாக்கப்பட்டவன்
தன்னையொரு நாடோடியென்று
உலகின் முன் அறிவித்துக்கொள்கிறான்
தனித்து விடப்படும் இரவுகளில்
அவன் சிந்தும் ரகசியக் கண்ணீருக்கு
ஆறுதலாய் அவனுக்கருகில்
அமைதியாய் வந்தமர்ந்துகொள்கிறது
அனுமானமின்றி யாரோ
யாருக்கோ எழுதிய வரியொன்று
மனிதனுக்கு எல்லா நேரங்களிலும்
மனிதர்கள் மட்டுமே தேவைப்படுவதில்லை
கடவுள் எல்லா நேரங்களிலும்
கோவில்களில் இருப்பதில்லை.

காட்சி: 3

ஜெப மாலை உருட்டலில் கவனம் திசை மாறி
கணக்குத் தவற விட்டவன்
சற்றே பதற்றமடைகிறான்
அவன் அருகில் காற்றின் மொழிக்கு
தலையசைத்தபடி
மெல்லொளியின் வழியே
பதில் சொல்லிக்கொண்டிருக்கிறது மெழுகுவர்த்தி
காற்று எப்போது வேண்டுமானாலும்
உயிரைக் குடிக்கலாம் என்கிற போதிலும்
சுடர் மனிதர்களைப்போல கலங்குவதில்லை
குற்றங்களற்ற பிரகாசமான மனங்கள்
ஏனோ எப்போதும் கலக்கமடைவதில்லை.

காட்சி: 4

கச்சிதமாய் ஒரு பாவத்தைச் செய்து முடித்துவிட்டு
யாருமறியா வண்ணம் மறைத்துவிட்டதாய்
எண்ணும் வேளையில்
வெயில் சிரித்தபடியே அவனைக் கடக்கிறது.

நிலத்திலிருந்தபடியே தூணிலும் துரும்பிலும்
கடவுள் இருப்பதாய் காலையில் பிதற்றிய
அவனைப் பார்த்து கேலி செய்து சிரிக்கிறது
வீட்டின் அலமாரியிலிருக்கும் ஜடப்பொருளொன்று.

மறைமுகமாய் சுவடின்றி பாவம்
சாட்சியோடுப் பின்தொடர்வதை
ஏனோ யாரும் பொருட்படுத்துவதேயில்லை.
*

*

நீண்ட நேரமாய்
புரியாத மொழியினில்
எதையோ பிதற்றுகிறான்
பைத்தியக்காரன்
மனிதத்தை அதிகம் போதிக்கும்
அவசர மனிதர்கள்
அவனைப் பொருட்படுத்தாமல்
அதிவேகமாய் நடந்தும் வாகனத்தில்
கடந்தும் போய்க்கொண்டிருக்கிறார்கள்
அவனுக்கருகில்
அமைதியாய் படுத்தபடி
அவன் துயரைக் கேட்டுக்கொண்டிருக்கிறது
தெருநாயொன்று

பழக்கப்பட்ட வீதிதான் என்கிற போதிலும்
அச்சத்தால் என்னைப் பார்த்து
அந்த நாய் அவ்வப்போது குரைத்ததுண்டு
அவனைப் பார்த்து இதுவரையிலும்
அந்த நாய் குரைத்ததேயில்லை
அவ்வப்போது மனிதனென்ற
எண்ணத்தின் மீது
நாய்கள்தான் அதிகம் கல்லெறிகின்றன
அதன் காயத்தைத்தான்
இப்போது எழுதி முடித்திருக்கிறேன்.
*

வழிப்போக்கனின் பயணக் குறிப்புகள்

சிரமப்பட்டுப் பிடித்த
ஜன்னலோர இருக்கையில்
நெருக்கி அமர்ந்தபடி
அசையவிடாமல் வித்தைகள் காட்டும்
தேர்ந்த மாயாஜாலக்காரனைப்போல
வர்ணஜாலம் காட்டும் வானத்தையும்
மிக நேர்த்தியாய்ப் பராமரிக்கப்படும்
நெடுஞ்சாலையின் நடுவில் நடப்பட்ட
செவ்வரளிச் செடிகளையும்
வாஞ்சையுடன் வேடிக்கைப் பார்த்தபடி வருகிறேன்
இரண்டு இருக்கைக்கு முன் இருக்கையிலிருந்து
திடீரெனத் தலைதூக்கிப் பார்த்து
தனது முதிராதப் பால் பற்களைக் காட்டிச் சிரிக்கும்
மொழி பழகாதக் குழந்தையொன்று
ஒரே சமயத்தில்
எனக்கான வானத்தையும் பூமியையும்
சிரமமின்றி அந்நியமாக்கி
கண்ணுக்கு அப்பால் எறிந்துவிடுகிறது.
*

*

அத்துமீறி அறைக்குள் நுழைந்துவிட்ட
ஒரு எலியைப் பொறி வைத்து
கொன்று முடித்தாயிற்று
அதன் பின்னே தொடரும் குற்றவுணர்வை
பொய்யானச் சமாதானங்களால்
சரி செய்தாயிற்று
துல்லியமாய் திட்டமிடப்பட்டு
நிகழ்த்தப்படும் தண்டனைகளற்ற
நேர்த்தியானக் குற்றங்கள்
பாவங்களைப் பொருட்படுத்துவதில்லை
இன்றும்
நேற்றும்
அதற்கு முன்பும்
வாழ்க்கை இப்படித்தான்
பலக் கொலைகளை
கருணையென்றும் தேவையென்றும்
சமயங்களில் அத்தியாவசியமென்றும்
திரிக்கக் கற்றுக் கொடுத்திருக்கிறது
தண்டனைகள் இல்லையென்பதால்
நேர்த்தியான குற்றங்கள்
மிக நேர்த்தியாய்
தொடர்ந்தபடியே இருக்கிறது.
இன்றும்
நேற்றும்
அதற்கு முன்பும்.
*

*

ஓடுகின்ற ஆற்று நீரை
உள்ளங்கையில் அள்ளி
மீண்டும் அதை அதே ஆற்றில்
இறக்கிவிடுகிற சிறுவன்
கையளவு நீர்
பயணிக்கும் பாதையையும்
அதற்கான காலத்தையும்
சற்றே மாற்றியமைக்கிறான்.

*

*

இதயம் நெருக்கமாக
ஒரு குறுகிய கால ஒப்பந்தத்தை
புன்னகையால் கையொப்பமிட்டு
பீடி வலித்துக்கொண்டிருக்கும்
பெரியவரிடம் சிகரெட்டுக்கு நெருப்பு கேட்கிறேன்
தீப் பெட்டியோடு சேர்த்து
சாப்பிட்டியா நைனா என
ஒப்பனைகளற்ற ஒரு துண்டு
அன்பைத் தன்னிலிருந்து
பிய்த்துக் கொடுக்கிறார்
பசியால் பெருகும் அமிலம்
உள்வாங்கும் கடலென
அடையாளம் தெரியாமல்
உள்ளுக்குள் அடங்கிப்போகிறது.

*

மெய்சாட்சி

அடரிருளில் குற்றவுணர்வேதுமின்று
மனம் பிறழ்ந்தவளை வலியப் புணர்கிறான் ஒருவன்

பாழடைந்த மண்டபத்தின் நிசப்தம்
அவனுக்கு அங்கே காவலாய் நிற்கிறது

நிச்சயம் அவன்
சாத்தானை வணங்குபவனாய் இருக்க முடியாது
கடவுளின் ஆசியோடு
ஆணுறை வாங்கியவனாகத்தான் இருக்க முடியும்

காமம் வேண்டுமெனில்
சாத்தான் தொடங்கி வைத்ததாக இருக்கலாம்
தயாரித்ததென்னவோ   பரம்பொருள்தான்

கட்டுக்குள் இல்லாத மனிதனின் காமம்
இன்னும் கடவுளின் கட்டுப்பாட்டில்தான் இருக்கிறது
அது மனிதனுக்குள் இச்சையாய் மாறி
இடம் பொருள் ஏவலின்றி
நிகழ்த்தப்பட்டுக்கொண்டேயிருக்கிறது.

இம்முறை கடவுள்
அந்த மண்டபத்தின் ஒரு தூணில்தான் இருந்தார்
ஆராதனைகளை விட
மனம் பிறழ்ந்தவளின் முனகல் ஒலி
அவருக்கு அவ்வளவுப் பிடித்திருந்தது.

*

கொஞ்சம் அன்பும் நிறைய வெறுப்பும்

ததும்பத் ததும்ப
இதயத்தில் நிரப்பிக்கொள்ளும் வெறுப்பின் முன்பு
அன்பு பிராதனப்படுவதேயில்லை.
*
*
தீபத்தின் திரியை
அவ்வப்போது விரல்களால் சுண்டி
சுடரை உயர்த்துவதைப் போல
மணிக்கொரு முறையாவது
ஒருவர் மீதான வன்மத்தை
மனதிலிருந்து கிளறி
வெறுப்பை வளர்த்துக்கொள்கிறோம்.
*
*
ஆயுளைப் பெருக்குகிற அன்பு
கொஞ்சம் கொஞ்சமாய்
வெறுப்பென்னும் விஷத்தால்
துடிக்கத் துடிக்கக் கொல்லப்படுகிறது.
*
*
உறக்கத்தில் சிரிக்கிற மழலையென
அன்பு இதயத்தில்
புன்னகைத்தபடியே இருக்கிறது
ஏதேதோ காரணங்களைக் கண்டுபிடித்து
அப்புன்னகைகளைக்
கொன்றுகொண்டே இருக்கிறது
எப்போதோ யார் மீதோ
வளர்த்துக்கொண்ட வெறுப்பு
அதிபயங்கரமான ஆயுதமாய் மாறி.
*

புன்னகை பயணிக்க அன்பின் பாலம் அவசியமாயிருக்கிறது

அன்பொன்றையே பிரதானப்படுத்தி
சதாக்காலமும் புன்னகையை இதழில் ஏந்துகிற மனிதன்
கோமாளியாகவேக் கருதப்படுகிறான்
யாக குண்டத்தின் நெருப்புக்கும்
தகனமேடையின் நெருப்புக்கும்
மிகப்பெரிய பேதம் இருப்பதைப் போல
அவன் புன்னகை நிறைய நேரங்களில்
நிர்வாணப்பட்டு கூனிக் குறுகி
அர்த்தமிழந்து நிற்கிறது.

*

*

முன்னறிமுகமில்லா
ஒரு புன்னகையைச் சந்திக்கும்போது
மனம் சஞ்சலமடையத் தொடங்குகிறது
சந்தேகத்தின் பாதையில்
புன்னகையின் முகவரித் தேடிப் போகிற
குறுகிய மனம்
அதை அன்பென்று உணர
சிறிது கால அவகாசம் எடுத்துக்கொள்கிறது
அல்லது அதைக் காலம் முழுக்க
விசாரணைக் கூண்டில்
கைதியென நிறுத்திவிடுகிறது.

*

*

கரம் பற்றுதலின் வெம்மையை
உணர்வதற்குள் ஓர் உறவு முறிகிறது
அங்கே கேட்பாரற்று அநாதையாகிறது
ஓர் புன்னகை
அந்த புன்னகையின் பிரதியொன்று
ஆழ்மனதில் சென்று தானாக அடைக்கலமாகிறது
அது ஓயாமல் மற்றுமொரு அன்பின் இதயம் தேடி
அலைந்தபடியே இருக்கிறது.

*

*

வெறுமை நிறையும் நாளொன்றின் மீது
தானாக வந்தமர்ந்து கொள்கிற
யாரோ ஒருவரின் புன்னகையை
தக்க வைத்துக்கொள்ளப் போராடும்
மனிதனின் முயற்சிகள் அனைத்தும்
முற்றிலும் தோற்கிறது
ஏனெனில் அன்பைத் தவிர
மீதி எல்லாவற்றையும் அதற்கு
அவன் இரையாய்த் தருகிறான்
அது மீண்டுமொரு அன்பின் அடர்கானகம் நோக்கி
தீராப் பசியுடன் தன் சிறகை விரிக்கத் தொடங்குகிறது.

*

*

அன்பைப் புன்னகையென
மொழிமாற்றிப் பேசுகிற மனிதன்
தனியாக இறப்பதில்லை
அவனுடன் சில இதயங்களும்
சேர்ந்தே இறக்கிறது.

*

*

வீசும் புன்னைகையை
மற்றொரு புன்னகையைக் கொண்டு
பதிலுக்கு மூடிவிட்டு போய்விடுங்கள்
அதன் பின்னே மறைந்திருக்கும்
விழுந்தால் மீள முடியாத
அம்மனிதனின் துயரத்தின் நிழல் விழுந்திருக்கும்
ஆழ்த்துளைக் கிணறொன்று இருக்கலாம்.

*

*

புரிந்துகொள்ளப்படாத புன்னகையொன்று
துயரம் படிந்த விழிகளோடு வீதியில் அலையலாம்
அதை தாராளமாய்க் கையிலேந்துங்கள்
எல்லாக் காலங்களிலும்
புன்னகை சிக்கலின்றிப் பயணிக்க
அன்பின் பாலம் மிக அவசியமாயிருக்கிறது.

*

தேநீரில் விழுந்த தீண்டாமை

சூடாறியத் தேநீரில் மிதக்கும் ஆடை போல
சாதி மனித மனங்களை மூடியுள்ளது
எடுத்துப்போட மனமின்றி
அப்படியேப் பருகுகிறோம்
ஒரேயொரு வாழ்வை.
*

*
சமத்துவம் என்பது
பல நேரங்களில்
கழுவி ஊற்றப்படும்
தேநீர்க் குவளையோடு
முடிந்து போகிறது.
*

*
எல்லா சாதிக்கும்
சேர்ந்தே கொதிக்கிறது தேநீர்
ஏனோ கடையில்
குவளைகள் மட்டும் வெவ்வேறாய்.
*

*

உயிரைக்
காப்பாற்றிக்கொள்ள வேண்டுமென்கிறப்
பிரயத்தனங்களிலும் அதீதப் பதற்றங்களிலும்
ஒரேயொரு வாழ்வை
வாழாமலேப் போனவர்கள் நாம்
வாருங்களேன்
ஒரு கோப்பைத் தேநீரை
இரண்டாய்ப் பகிர்ந்து அருந்தலாம்.
*

*

அமர்ந்திருப்பது
இழவு வீடென்கிற போதிலும்
அங்கேயும் சலிக்காமல்
ஆளுக்கொரு கோப்பைத் தேநீர்
பகிரத்தானே செய்கிறது
இவ்வாழ்க்கை.
*

*

தவறிவிழுந்த ஈயை
எளிதாய் எடுத்துப் போட்டுவிட முடிவதைப் போல
தேநீரில் விழுந்த தீண்டாமையை
எடுத்துப்போட முடிவதில்லை
ஏனோ எல்லாத் தேநீரிலும்
உறுத்தும் ஏடெனப் படிந்திருக்கிறது சாதி.
*

கேளுங்கள்

முகவரிகளை வெறுக்கிற ஒருவனுக்கு
நீங்கள் கடிதம் எதுவும் எழுதாமலிருங்கள்

நாம ரூபங்களை வெறுக்கிற ஒருவனை
நீங்கள் பெயர்ச் சொல்லி அழைக்காமலிருங்கள்

போலியானப் புகழை வெறுக்கிற ஒருவனை
நீங்கள் போட்டிகளில் பங்கெடுக்கச் சொல்லாமலிருங்கள்

அகத்தை ப்ரம்மமெனத் தொழுகிற ஒருவனிடம்
நீங்கள் கடவுளென எதையும் கை காட்டாமலிருங்கள்

இக்கணத்தில் வாழ்கிற ஒருவனிடம்
எதிர்காலம் குறித்து நீங்கள் எதுவும் பேசாமலிருங்கள்

பற்றியெரியும் வேட்கையில் கருகும் ஒருவனைப் பார்த்து
நீங்கள் பரிதாபப்படாமலிருங்கள்

தெரிந்தே தேர்ந்தெடுத்த துன்பத்தில் தன்னை வாட்டி
வாழ்வின் சூட்சமம் தேடும் ஒருவனிடம்
நீங்கள் போதனைகளை நீட்டாமலிருங்கள்

இருப்பின் அர்த்தத்தை அவனிடம் கேளுங்கள்
வாழ்வை அப்படியே பருகும்
சூட்சமத்தை அவனிடம் கேளுங்கள்
அகத்தில் பேரொளியை பெருக்கும்
ரகசியத்தை அவனிடம் கேளுங்கள்
கடவுளின் இருப்பை கேள்விக்குள்ளாக்கி
நீங்களே கடவுளாகும் வழியை
அவனிடம் கேளுங்கள்.
*

இயேசு, யுவதியோடு ஒயின் அருந்துகிறார்!

இயேசு இம்முறை
ஒரு யுவதியுடன் ஒயின் அருந்த
விருப்பத்துடன் முடிவு செய்கிறார்
சீட்டுக்குலுக்கிப் போட்டு கவனமாய்
ஒருத்தியைத் தேர்ந்தெடுக்கிறார்
அவள் ஏற்கெனவே ஒருமுறை
குடித்துவிட்டு தேவாலயத்திற்குச் சற்று தொலைவில்
சண்டையிட்டவளாக இருந்தாள்
இருப்பினும் இயேசு தனது முடிவிலிருந்து மாறாமல்
அவளுடன் ஒயின் குடிக்க
குறுஞ்செய்தியின் வழியே அழைக்கிறார்

நேற்றைய போதையின் பிடியில் சிக்கி
தலைவலியில் இருந்தவளுக்கு கடவுளின் குறுஞ்செய்தி
சந்தோஷத்தையும் ஆறுதலையும் ஒரு சேரத் தந்தது
அவள் உடனே நன்றி மறவாமல் நெஞ்சில் கைவைத்து
தோத்திரம் ஆண்டவரே என்கிறாள்

நகரத்துக்கு வெளியில் இருக்கும்
ஒரு மதுக்கூடத்தை அவர் தேர்ந்தெடுக்கிறார்
இருள் சூழ்ந்த எலைட் பாரில்
ஒயினையும் அப்பத்தையும்
ஆசிர்வதித்து அவளுக்கு வழங்கிவிட்டு
தானும் ஒரு கோப்பையில் ஊற்றி
ஒயினைப் பருக ஆரம்பிக்கிறார்
அதிவேகமாய் ஒயினையெடுத்துக் குடித்துவிட்டு
மெல்லிய ஒளியில் கருணை ததும்பும்
இயேசுவின் முகத்தைக் கண் சிமிட்டாமல்
உற்றுப் பார்க்கிறாள் அந்த யுவதி
பின் மெல்லியக் குரலில் தனது ஐயத்தைக் கேட்கிறாள்

"எப்படி பீப்பாய் தண்ணீரை நீங்கள்
ஒயினாக மாற்றினீர்கள்..?" என்று

எதிர்பார்த்த கேள்விதான் என்பதால்
சட்டென பதில் சொல்கிறார் இயேசு
"அன்பானவர்கள் கொடுக்கும் தண்ணீர்கூட
திராட்சை ரசமாகத்தான் தெரியும்
நம்பிக்கைதான் மனிதனின் நாடித்துடிப்பு!" என்கிறார்

"வேறென்ன வேண்டும்..?" என்று
அன்பொழுக அவளிடம் கேட்கிறார்
அவள் சட்டென்று "இரண்டு பெக் வோட்கா" என்கிறாள்
அந்தக் கோரிக்கையைத் துளியும் எதிர்பார்க்காத இயேசு
குடிப்பதைக் குறித்து தான் எதுவும்
நிபந்தனை விதிக்கவில்லை என்பதை நினைவுகூர்ந்து
சற்றே தயக்கத்துடன் "அப்படியே ஆகட்டும்!" என்கிறார்
அவள் கோப்பையில் நிறைகிறது
ஆதாமின் ஆப்பிளில் செய்த நொதித்த வோட்கா

பொறுமையின்றி அவசரமாய் அதனை எடுத்துப் பருகி
அவரைக் கோபமாய் நிமிர்ந்துப் பார்க்கிறாள்
கோபத்திலும் போதையிலும் சிவந்த
அவளின் கண்களை எதிர்கொள்ள முடியாமல்
திணறிய இயேசு என்னவென்று கேட்கிறார்

"நீ சாராவை ஊரை விட்டு
அனுப்பியிருக்கக் கூடாது!" என்று
கோபமாய் குரலுயர்த்திச் சொல்கிறாள்.

மேலும் அந்த யுவதி...
"நீ சாராவைச் சொஸ்தமாக்கி
அவ்வூரில் இருந்த அயோக்கியர்களை

வெளியேற்றியிருக்க வேண்டும்'' என்கிறாள்
குற்றச்சாட்டை சற்றும் எதிர்பார்க்காத இயேசு
அவள் குரலில் ஞாயமிருப்பதையெண்ணி
மௌனமாய்த் தலைகவிழ்கிறார்

ஏன் சிறுமி கற்பழிப்பு?
ஏன் பாலின பாகுபாடு?
ஏன் மதச் சண்டை?
ஏன் சாதிச் சண்டை? என
அடுத்தடுத்து அவளின் கேள்விகள்
அவர் மீது அதிவிரைவாய்ப் பாய்கிறது
சிலுவையின் ஆறிய காயங்கள்
மீண்டும் ரணமாகிறது

பதில்களற்றுப் பதற்றமடைந்த இயேசு
சிறிதுநேரத்திற்குப் பிறகு
தன்னை ஆசுவாசப்படுத்திக்கொண்டு
அப்போது அங்கிருந்தவர்களுக்கு
சொன்னது என்னவென்றால்
''நீங்கள் பெருந்தொற்று நோயாகிய
குஷ்டரோகம் வந்தவனோடுகூடக் குடியுங்கள்
ஆனால் ஒரு யுவதியோடு மட்டும் குடிக்காதீர்கள்
கண்ணுக்குப் புலப்படாத சிலுவைகளை
அவள் வாயில் கேள்விகளாய்
வரிசையாய் வைத்திருக்கிறாள்!''
என்று சொல்லிவிட்டு
மீண்டுமொருமுறை தன்னைத் தானே
சிலுவையில் அறைந்துகொள்கிறார்.

அநேகமாய் அவர்
மதுவிலக்கு குறித்தான புதிய ஏற்பாடோடு
மீண்டும் உயிர்த்தெழலாம்.
*

*

போலியான நாம ரூபங்களை
பிடுங்கிக்கொண்டு
பிணமெனப் பெயர் வைக்கிறது காலம்.

ஊட்டி வளர்த்த
உப்புக்கரிக்கும் மாமிசத்தை
மிச்சம் வைக்காமல் தின்றுவிட்டு
மண்டையோட்டைத் துப்புகிறது மண்.

ஆட்டம் முடிவுக்கு வரும் நாள் வரை
மனிதன் வழங்கப்பட்ட வாழ்வை
ஏனோ பொருட்படுத்துவதேயில்லை.
*

*

ஒரு அவமானமென்னும் நதிக்கும்
ஒரு துரோகமென்னும் பெருங்கடலுக்கும்
இடைப்பட்ட தொலைவுதான் வாழ்க்கை
கடப்பதென்று முடிவான பின்
நதியென்ன..?
கடலென்ன..?
*

இன்னும் கொஞ்சம் அன்பாயிருங்கள்

இழப்பதற்கும் அடைவதற்கும் எதுவுமில்லையென்கிற ஒருவனை
நீங்கள் எதைக்கொண்டு வீழ்த்துவீர்கள்
வன்மம் கொண்டா..?

மொழியின் மென்மையான நெடுஞ்சாலையில்
சொற்களை ஊன்றி நடக்கும் ஒருவனை
நீங்கள் எதைக்கொண்டு நிறுத்துவீர்கள்
விமர்சனங்களைக் கொண்டா..?

பிரதிபலன்களைப் பொருட்படுத்தாமல்
கால வெள்ளத்தின் பேரோட்டத்தில் மனிதர்களை
மனிதர்களாக மட்டுமே தரிசிக்கும் ஒருவனை
நீங்கள் எதைக்கொண்டு தடுப்பீர்கள்
வெறுப்பைக் கொண்டா..?

விருப்பு வெறுப்புகளுக்கு அப்பாற்பட்ட வெளியொன்றில்
தனது இருப்பைத் தகவமைத்துக்கொண்ட ஒருவனை
நீங்கள் எதைக் கொண்டு சிறையிலடைப்பீர்கள்
சோரம்போன உங்களின்
விதிகளைக் கொண்டா..?

எதிர்பார்ப்புகள் எதுவுமின்றி
நொடிகளின் மேல் எடையற்று மிதக்கிற ஒருவனை
எதைக்கொண்டு மறைப்பீர்கள்
உங்கள் புறக்கணிப்பைக் கொண்டா..?

அலங்காரமான சொற்களைக் கொண்டு
அன்பை வெளிப்படுத்தத் தெரியாமல்
செயல்களால் சுற்றெங்கிலும்
பூந்தோட்டங்களை உண்டாக்கும் ஒருவனை
நீங்கள் எதைக் கொண்டு அழிப்பீர்கள்
வீண் பழியைக் கொண்டா..?

கடலடையும் நதியின் வேகத்தை
நீர்த்துப்போகச் செய்யும்
பேரலைகளெனப் பெருகும்
அவன் அலட்சியம் உங்களின்
ஆயுதங்களைச் செயலிழக்க வைக்கும்
அதனால் அமைதியாயிருங்கள்.

அவன் வானத்தில் பங்கு கேட்டு
பறவைகளோடுப் பேச்சுவார்த்தை
நடத்திக்கொண்டிருக்கிறான்
உங்கள் கூடாரங்களைக் களைத்துவிட்டு
இருட்டுவதற்குள் வீடு சென்று சேருங்கள்

அப்படியே...

காலம் குறைவாக இருக்கிறது
உங்கள் ஆயுதங்களைப் போட்டுவிட்டு
இன்னும் கொஞ்சம் அன்பாயிருங்கள்.
*

*

இழுத்த இழுப்புக்கெல்லாம்
இடம் கொடுக்காமல்
இதழையும் இடையையும்
திருப்பித் திருப்பிக் காட்டாமல்
தனங்களையும் தொடைகளையும்
பயங்கர ஆயுதமாக்கி
கர்வமாய்த் திரிந்த ஒருத்திக்கு
பக்கவாட்டில் பல்லை வரைந்து
காளி என்று
மனம் பிழன்ற ஆணொருவன்தான்
பெயர் வைத்திருக்க வேண்டும்.

*

*

மின் கம்பியில் அடிபட்டு
தரையில் விழுந்து
எறும்புக் கூட்டத்திற்கு
கறி விருந்தாகியிருக்கும்
பறவைக்கு இயேசுவின் சாயல்.

*

*

இன்னொருப் பிரதியென
தனக்குள்ளிருந்து
தவறு செய்யும் போதெல்லாம்
கேள்வி கேட்கிற ஒருவனை
துடிக்கத் துடிக்கக் கொன்றுவிட்டப் பின்தான்
குற்றம் அதிகரிக்கத் தொடங்கியது.

*

*

அப்பாவின் கருவறை
அவரின் கிழிந்த மணிப்பர்ஸ்
அம்மாவையும் சேர்த்து
எங்களை அவர்
அதில்தான் சுமந்தார்
சாகும் வரையிலும்.

*

எங்கே என் நிலம்..?

பார்வை மங்கிய
வயோதிகன் ஒருவன்
பசிக்கு யாசித்தபடியே எதிரில்
கையேந்தி வருகிறான்.

வறுமை துரத்தும் சிறுமியொருத்தி
ஹோர்பின் வாங்கச் சொல்லி
வற்புறுத்திக் கெஞ்சியபடியே பின் தொடர்கிறாள்.

இடப்பக்க சிவன் கோவிலில்
ஒற்றைக் காலையும் வாழ்வையும்
ஒன்றாய் இழந்த மனிதனொருவன்
நசுங்கிய பாத்திரம் ஏந்தி
பிச்சைக்கு அமர்ந்திருக்கிறான்.

இரவுக்குப் பின் எல்லோருக்கும்
வெளிச்சம் வருவதில்லையென்று
இந்தப் பகலில் உணர்கிறேன்
அப்படியே இது என் நிலம் இல்லையென்றும்.

ஆமாம்...
தெரிந்தால் யாரேனும் சொல்லுங்கள்
எங்கே என் நிலம்..?
*

*

உங்கள் வசதிக்கேற்ப
அடிமையென விலைக்கு வாங்கி
பிச்சையெடுக்கவோ
சவாரி செய்யவோ
போட்ட உணவை
மறுப்பேதுமின்றித் தின்னவோ
காட்டுயானையைப் பழக்கலாம்
நீங்காமல் அதன் நினைவில்
நிழலாடும் வனத்தை
ஒருபோதும் உங்களால்
அழித்துவிட முடியாது
ஒளிப்புக முடியா அடர்வனமென
நகரத்திற்குள் அது களமிறங்கும்
ஒரு நாளைத்தான்
நீங்கள் மதம் பிடித்தலைகிறது என்கிறீர்கள்.

*

*

வானம் எங்கிருக்கிறது..? எனக் கேட்கிறேன்
அது பத்திரமாய் வானத்தில் இருக்கிறது
என பதறாமல் பதில் சொல்கிறாள்
ஜெசிமா....
அவளும் அவளின் பதிலும்
ஆகாயத்திலிருந்து தன்னைத் துண்டித்துக்கொண்டு
தனித்து மிதக்கும் மேகங்களைப் போல
அத்தனை அழகு.

*

*

நீரிலலையும் எனது பிம்பத்தை
விழுங்கப் பார்க்கிறது
சிறுக் கெண்டையொன்று
அதன் முன் நான்
அர்த்தமற்றவனாகிறேன்.

*

*

ஒரு முடிச்சவிழ்வதைப்போல
ஒரு பறவை மேலெழும்புவதைப்போல
ஓர் ஒளிக்கீற்று அறைக்குள் நுழைவதைப்போல
ஒரு மொக்கவிழ்ந்து மலராவதைப்போல
அகவிடுதலையென்பது
ஒரு கணத்தில் நமக்குள் நிகழ்வது
நாம் செய்ய வேண்டியதெல்லாம்
துயரத்தைப் போகச் சொல்லி
ஆணையிட்டுவிட்டு
மனக்கதவைத் திறந்து வைக்க வேண்டியதுதான்.

*

*

எனது ஜன்னலுக்கு வெளியே
தனது இணையுடன் விளையாடியபடியே
ஓயாமல் குரலெழுப்பும் அந்தக் குருவி
எதையும் பகிர யாருமற்ற
எனது தனிமையைக் கேலி செய்கிறது.

*

*

பேரண்டத்தின் பெருவெடிப்பில்
வெடித்துச் சிதறிய பூமியெனும் சிதிலத்தில்
சிறிதுகாலம் வாழ்ந்துவிட்டுப் போக வந்திருக்கிறேன்
எனக்கு முகவரியில்லை
எனக்குப் பெயரில்லை
தொலைதலின் பொருட்டு நிலப்பரப்பின் மேல்
இலக்குகளற்றுப் பயணப்படுகிறேன்
வழிமறித்து நான் விரும்பாத எதுவொன்றையும்
என்னிடம் திணித்துத் தொலைக்காதீர்கள்
அல்லது கேட்டுத் தொலைக்காதீர்கள்.

*

*

தேசிய நெடுஞ்சாலையின்
கான்கிரீட் மேம்பாலங்கள்
நிலத்தில் உண்டாக்கிவிடுகின்றன
அசிங்கமானப் பள்ளத்தாக்குகளை.

*

*

வாழ்வை தொலைத்த வயோதிகனொருவன்
திண்ணையில் அமர்ந்து
ஒரு பறவை முற்றத்தில் உதிர்த்த
பாதி வாழ்வை எடுத்துக் காது குடைகிறான்
அந்த ஒற்றை இறகு
திண்ணைக்கு துரத்தப்பட்ட
அவன் தனிமைக்கும் தேய்ந்த வாழ்க்கைக்கும்
அத்தனை ஆறுதலாயிருக்கிறது.

*

*

நசுங்கியப் பாத்திரத்தில்
துயரமெனக் கூரையில் ஒழுகும்
மழை நீரை சேமிக்கும் ஏழைச் சிறுமி
உப்புக் கரிக்காதக் கடலை
தனது வீட்டுக்குள் உருவாக்குகிறாள்.

*

வனதேவதை

வார இதழின் கடைசிப் பக்கத்தில்
அடர்வனத்தின் சித்திரத்தில்
ஆறு வித்தியாசங்களை
கண்டுபிடிக்குமாறு அச்சிடிக்கப்பட்டிருந்தது

ஜெசிமாவிடம் அச்சித்திரத்தைக் கொடுத்து
ஆறு வித்தியாசத்தைச் சொல்லச் சொல்லிக் கேட்கிறேன்...
அவளோ அச்சித்திரமே தவறென்று சட்டெனத் தீர்ப்பளித்து
அந்த இதழை வீசியெறிகிறாள்...
அதிர்ச்சிக்குள்ளாகி ஏனென்றுக் கேட்கிறேன்...

சித்திரத்திலிருக்கும் மனிதனை
தனது பிஞ்சு விரல் நீட்டிக் காட்டி
காடென்பது விலங்குகளுக்கும் பறவைகளுக்கும்
மட்டும்தான் மனிதர்களுக்கில்லையென்கிறாள்.

அக்கணமே சித்திரத்தில் வரையப்பட்ட
பெயர் தெரியாப் பறவையொன்று உயிர்பெற்று சிலிர்ப்புடன்
அவ்வனத்தில் சிறகை விரித்துப்
பறக்கத் தொடங்குகிறது
எனக்குள்ளிருந்த காடு குறித்தான
மாயச்சித்திரம் உடைந்து நொறுங்கத் தொடங்குகிறது.

ஏனோ இப்போது எனது எதிரிலிருக்கும்
ஐந்து வயதேயான ஜெசிமா
வனதேவதையெனக் காட்சியளிக்கிறாள்.
*

*

பால்கனியின் தடுப்புக் கம்பிகளின்
இடைவெளியில் முகத்தைப் புதைத்து
யாருமற்றச் சாலையில்
தனது முதிராதப் பற்களைக் காட்டி
சிரிப்பை நீரெனப் பாய்ச்சிக்கொண்டிருக்கிறது
குழந்தையொன்று.

தொலைவிலிருந்து
வாசங்களற்ற காட்டு மலரொன்று
காற்றின் போக்கில் தலையசைத்து
அக்குழந்தையிடம்
மறுமொழிப் பேசிக்கொண்டிருக்கிறது.

குழந்தைகளின் புன்னகை
எல்லா நேரங்களிலும்
மனிதர்களுக்கு மட்டுமானதல்ல.

*

குடிக்கக் குருதியைக் கேட்கும் வாழ்க்கை

நிசப்தம் நடமாடும்
புராதனப் பெரியாஸ்பித்திரி வளாகத்தில்
மரணத்தின் பேரிழப்பையும்
மரணமெனும் பேருண்மையையும்
ஓலத்தின் மூலம் ஒன்றாய் அறிவித்தபடி
நள்ளிரவில் ஓடிவருகிறாள்
பெண்ணொருத்தி.

கண்களில் நீரைத் தேக்கி
நிராகரிக்கப்பட்ட நீதியை நெஞ்சில் சுமந்தபடி
மிகப் பழமையான நீதிமன்ற வளாகத்திலிருந்து
பிணமென வெளியேறுகிறான்
ஆணொருவன்.

பொதுத் தேர்வில் தோல்வியுற்று
மதிப்பெண் சான்றிதழை
அவமானத்துடன் பெற்றுக்கொண்டு
தனது வகுப்பறைக்கு வெளியில் வைத்த
கனகாம்பரச் செடியை
பிரியவும் மனமின்றி பிடுங்கவும் மனமின்றி
சொல்லிலடங்காத் துயருடன்
பள்ளி வளாகத்திலிருந்து
அகதியென வெளியேறுகிறாள்
மாணவியொருத்தி.

சிறுகச் சிறுக கடுகுப் புட்டியில் சேமித்தப் பணத்தில்
பெருவிருப்பத்துடன் அட்சயத் திருதியில் வாங்கிய
ஒரு பவுன் தங்கச்சங்கிலியை

திருடனிடம் பறிகொடுத்த
மாபெரும் துயரத்தை
வெற்றுத்தாளில் புகாராய் எழுதிக் கொடுத்துவிட்டு
மனிதர்களின் மேல்
முற்றிலுமாய் நம்பிக்கையிழந்து
காவல்நிலைய வளாகத்திலிருந்து
செய்வதறியாது முந்தானையை
வாயில் பொத்தி அழுதபடி வெளியேறுகிறாள்
ஏழைத் தாயொருத்தி.

வாழ்க்கை நிறையநேரங்களில்
மனிதர்களுக்கு
குடிக்கக் குருதியைத்தான்
சுடச்சுட ஊற்றித் தருகிறது
அல்லது அது குடிக்க சுடச்சுட
மனிதர்களின் குருதியைத்தான் கேட்கிறது.
*

உயில்

ஆபத்து நிறைந்த
விஞ்ஞான அநாகரிகமொன்று
விளைநிலத்தில்
மின் கோபுரமென்கிறப் பெயரில்
மேலெழும்பி நிற்கிறது.

ஆபத்துக்குப் பழகிக்கொண்ட
தூக்கனாங்குருவிகள்
அறுவடைக் காலத்தை எதிர்நோக்கி
பக்கத்திலிருக்கும்
தென்னங்கீற்றைக் கிழித்து
அந்த மின்கம்பியில்
கூடு கட்டிக்கொண்டிருக்கின்றன.

கவனம் தவறி அவ்விடத்தில்
மின்சாரம் தாக்கிக் கருகி உயிரிழந்தப் பறவையின்
கூடொன்றின் வெற்றிடத்தில்
குறிப்பைப் போலான
உயிலொன்று எழுதி வைத்திருக்கிறது
சாத்தானை விட பன்மடங்கு ஆபத்தானவன்
மனிதனென்று.

*

மரணம் வஞ்சிக்கத் தொடங்கிவிட்டது

யாரோவோர் மனிதனின்
கனவு ஆசை கர்வம் எல்லாம் கருகிப்
புகையென வெளியேறுகிறது
தானியங்கி தகன மேடையின்
புகைக் கக்கியில்.

ஒரு மனிதனின் வாழ்வை
நிமிடத்திற்குள் முற்றாய் விழுங்கி முடிக்கிறது
ஊருக்கு ஒதுக்குப்புறமாய் இருக்கும்
அந்த தகன மேடை.

மனிதனின் பகட்டைப் பார்த்து
நீயெல்லாம் ஒன்றுமேயில்லை
என்பதை சுட்டிக்காட்டி
மௌனமாய்ச் சிரித்துக்கொண்டிருக்கிறது
ராட்சசனென எழும்பி நிற்கும்
புகையை வெளியேற்றும் கோபுரம்.

செய்வதறியாது இயலமையால்
அனுமதிக்கப்பட்ட தொலைவில் நின்று
வெடித்து அழுதுகொண்டிருக்கிறார்கள் உறவினர்கள்
காலம் மனிதனின் சாம்பலைக்கூட
கையில் கொடுக்காமல்
மனிதர்களை வாட்டி வதைத்துக்கொண்டிருக்கிறது
இறுதிச்சடங்குகூட முறையாக செய்ய முடியாதபடி
மரணம்கூட மனிதனை வஞ்சிக்கத் தொடங்கிவிட்டது.
*

*

உண்மை என்பது வேறொன்றுமல்ல
சாட்சியின் தயவைக் கோரி நிற்கிற
ஒரு சம்பவம்.

*

*

நதி பயணித்ததற்கான
சாட்சியைக் கோரி நிற்கிற காலத்திற்கு
குளிர்ச்சியை உள்ளடக்கிய மின்னும் கூழாங்கற்கள்
மௌனமாய் பதில் சொல்கின்றன
துயரூறிய வறண்ட நதி வெறுமனே அதை
வேடிக்கைப் பார்த்துக்கொண்டிருக்கிறது.

*

*

கையோடுக் கொண்டுச் செல்லும் கவலைகள்
எதிரிலுள்ள எதையும்
அத்தனை எளிதாய் ரசிக்க விடாது.

*

கடவுளின் மீது கல்லெறிபவன்

மனிதன் தன் மொத்த முகமூடிகளையும்
கழற்றியெறிந்த பின் இப்படித்தான்
அவன் தேவைகளென்பது தானாகக் குறைந்து போகிறது.

அவன் உலகத்தில் துயரங்களில்லை
அவன் உலகத்தில் அவமானங்களில்லை
அவன் உலகத்தில் சாதி மத பேதங்களில்லை
அவன் உலகத்தில் கடவுள்களில்லை

பருவங்களைப் பார்த்து அவன் பயப்படுவதில்லை
வெயிலோ மழையோ அவனை பாதிப்பதில்லை

அவன் பெற்ற தத்துவ தரிசனம்
அவனை முழுதாய் வழிநடத்துகிறது
புன்னகையெனும் சின்னஞ்சிறிய ஞானத்தை
அவன் இதழ்களில் ஏந்தியபடியே நடக்கிறான்.

நாம ரூபங்களை உதறி
அவன் பூமியில் தேவனுக்கும் மேலானவனாகிறான்
அதனால் அவன் யார் ஒருவருக்கும்
போதிக்கும் பாவத்தை இந்த பூமியில் செய்வதில்லை.

விதவிதமானப் பித்துப் பிடித்த
மனிதர்கள் அவனை பைத்தியமென்கிறார்கள்

அவனோ இவர்களை கணக்கில் கொள்ளாமல்
கீழே பொறுக்கிய துண்டு பீடியை வலித்துக் கொண்டு
அம்மனிதர்கள் பார்த்துப் பயப்படும்
மாபெரும் மரணத்தின் மீதும் கடவுளின் மீதும்
பயப்படாமல் நேரடியாய்க் கல்லெறிபவனாயிருக்கிறான்.

*

வாழ்வை எத்தனை எளிமையாக
சுருக்கிக்கொண்டாலும்
செலவில்லாதக் கனவுகளைத் தேர்ந்தெடுத்துக்கொண்டாலும்
வாழ்தலுக்கும் கனவுக்கும் முதல் எதிரியாய்
குறுக்கே வந்து நிற்கிறது ஜெயிக்கவியலாதப் பசி.

*

*

இழந்துவிடக் கூடாதென்று
அன்பின் பொருட்டு
சிந்தப்படும் கண்ணீருக்கு
பிரியங்களென்று பெயர்.

*

*

சொத்தென்று குஞ்சுகளுக்கு
பறவைகள் வெளியைத்தான்
விட்டுச் செல்கின்றன
கூடுகளை அல்ல.

*

சொல்

ஏதோவொன்றால் மரித்து
பின் மழையென விழுந்து உயிரை நனைக்கும்
ஏதோவோர் சொல்லால் உயிர்த்தெழுகிற ஒருவன்
அச்சொல்லை எங்கு கொண்டு சேர்க்க வேண்டுமென
அறிந்திருக்கிறான்.

ஜீவனென உயிருக்குள் விழுகின்ற அச்சொல்
அவனை எங்கு கொண்டு சேர்க்க வேண்டுமென
அறிந்திருக்கிறது.

சொல்லுக்கும் மனிதனுக்கமான பந்தம்
மிகமிகப் பழைமையானது
அறுத்துக்கொள்ள முடியாத
அல்லது அறுத்துக்கொள்ள விரும்பாத
ஒரு மாபெரும் பந்தமென மனிதனின் முன்
யுகங்களைக் கடந்து நிற்கிறது
சொல்.
*

மண்டையோட்டு மாலைகள்

ஒரு நண்பன் இறந்த அதே நாளில்
இன்னொரு நண்பனின் பிறந்தநாள் வருகிறது
ஓரிடத்தில் இரங்கலையும்
இன்னொரு இடத்தில்
வாழ்த்தையும் பகிரும்படி
கருணையற்ற இந்த வாழ்க்கை நிர்பந்திக்கிறது
சம்பிரதாயமானச் சொற்கள் யாவும்
அர்த்தமிழந்து நிர்வாணமாய் நிற்கிறது.

மண்டையோட்டைக் கோர்த்து
காலம் அணிவிக்கும்
மாலைகளை மாட்டிக்கொண்டு
தவிர்க்கவியலாமல்
வாழ்வின் நெடுகிலும் நடப்பது
ஏனோ அத்தனை சிரமமாயிருக்கிறது.
*

*

வாழ்தலின் அவசரத்தில்
இளமையில் தொலைத்தக் கனவின் துளிகளை
முதுமையின் வீதிகளில் தேடித்தேடி சேகரிக்கையில்
வெறும் வருத்தங்களும் ஏக்கங்களுமே
மனிதனுக்கு எஞ்சுகின்றன.

*

*

இளமை மரணமோ முதுமை மரணமோ
பூக்களால் அலங்கரிக்கப்பட்ட
பாடையில் பயணிப்பதெல்லாம்
பிணம் அல்ல அது ஒரு மனிதன்
வாழாமல்போன வீணான வாழ்வு.

*

*

மரணத்தை நோக்கி நகர்த்தும்
காலத்தின் இடுக்குகளில் ஒளிந்திருக்கும்
வாழ்வின் உன்னதத்தை
இறப்பதற்கு முன்பான கடைசிக் கணம் வரை
ஏனோ எந்த மனிதனும் உணர்வதேயில்லை.

*

*

பால்கனியில் நின்று
பல் முளைக்காதக் குழந்தைக்கு
விரல் நீட்டி வானத்தைக் காட்டுகிறார் தந்தை
ஒரு வானம் இன்னொரு வானத்தை அறிமுகப்படுத்துவது
அத்தனை அழகாயிருக்கிறது.
*

*

களவுபோன வீட்டிலுள்ள
நிலைக்கண்ணாடிக்குத் தெரியும்
திருடன் யாரென்று.
*

*

விதை மறைந்திருக்கிற இடம்
மண்ணுக்குத் தெரியும்
அதைக் கண்டுபிடித்து
முளைக்க வைக்கிறக் கலை
மழைக்கு மட்டுமே தெரியும்.
*

*

யாருமற்ற இடுகாட்டின் கல்லறைக்கு அருகில்
ஒரு செம்பருத்திச் செடி
பூக்களின் வழியே பேசிச் சிரித்துக்கொண்டிருக்கிறது.

பேராவலுடன் அருகில் சென்றுப் பார்க்கிறேன்
அந்தக் கல்லறையில் நேர்த்தியாய்
பதிக்கப்பட்டிருக்கும் கல்வெட்டில்
பொறிக்கப்பட்டிருக்கும் பெயர்
ஒரு பெண்ணுடையதென அழுத்தமாய் அறிவிக்கிறது.

அவள் பிறந்த ஆண்டையும் இறந்த ஆண்டையும்
தேதியோடுத் துல்லியமாய் பொறிக்கப்பட்டிருக்கிறது
கனவுகள் பட்டாம்பூசிச்சியென சிறகடிக்கும்
வயதோடு முடிந்துபோன சொற்ப ஆயுளையே
அவள் அனுபவித்திருக்கிறாள்
என்கிற மாபெரும் உண்மை
அந்தக் கல்வெட்டிலிருந்து புலப்படுகிறது.

சவக்குழியின் இலகுத் தன்மையிலிருந்து
வேரை நீட்டித்து பூத்திருக்கும்
அந்தச் செம்பருத்திக்கு காலம் கொடுத்த
அனுமதியை நீண்ட ஆயுளை
ஏன் அந்த யுவதிக்குக் கொடுக்கவில்லை
என்கிற கேள்வி என்னை ஏனோ
அமைதியிழக்கச் செய்கிறது
இப்போது இதை வாசித்து முடித்த பின்
உங்களையும்.

*

*

அக விடுதலையை
ஒரேயொருச் சொல்
கொண்டு வந்துவிடுகிறது
சமயங்களில் சிறையையும் கூட.

*

*

மீண்டும் உயிர்த்தெழுதலென்பது
சலிப்பானதென்றும்
அத்தனை வேதனையானதென்றும்
நீ ஏன் எந்த ஏற்பாட்டிலும்
சொல்லாமல் விட்டாய் இயேசு..?

*

*

சிறு பள்ளங்களில்
தேங்கியிருக்கும் மழைநீரில்
தரையிறங்கியிருக்கிறது வானம்
அத்தனைப் பெரிய வானத்தை
எளிதாய்ச் சின்னச்சின்ன
துண்டுபோட்டுத் தந்துவிடுகிறது தண்ணீர்
அதை எப்படி வீட்டுக்குக்
கொண்டு போவதென்றுத் தெரியாமல்
அங்கேயேத் தேங்கி நிற்கிறது எனது சிறுபொழுது.

*

*

வனதேவதையென புதருக்குள்ளிருந்து திடீரென
வெளிவருகிறப் பெயர்தெரியாப் பறவை
இந்நாளைக் குதூகலமாக்குகிறது.
சர்ப்பமென நினைவில் துயரூறும்
எனது வாழ்வின் வெறும் நாட்களையெல்லாம்
விசேஷமான நாட்களாக்க
இந்தப் பறவைகள் மட்டுமே அறிந்து வைத்திருக்கின்றன
தேவதைகளுக்குப் பக்கவாட்டில் சிறகை வரைந்தவன்
நிச்சயம் என்னைப் போலவே
பறவைகளால் ஆசிர்வதிக்கப்பட்டவனாய்தான் இருப்பான்.
*

*

தோட்டமற்றவனின் வீட்டை
பறவைகள் பரிதாபத்துடன்
பார்த்துச் செல்கின்றன.
*

*

சித்தார்த்தனின் புன்னகை
மட்டுமல்ல புத்தனின் புன்னகையும்
யசோதரை இட்டப் பிச்சை.
*

*

கள்ளம் கபடமற்ற குழந்தையென
சட்டென எதையோ
முதுகில் சுமக்கச் சொல்கிறது
சட்டென எதையோ
கையிலிருந்து பிடுங்கிக்கொள்கிறது
வாழ்க்கை.
நிச்சயமான கணங்களில் நிகழும்
நிச்சயமற்ற ஒன்று
சுழலென முன் நின்று அச்சுறுத்துகிறது
தவிர்க்கவியலாமல் தொடர்கிறது வாழ்க்கை
கிழக்கில் பொதுவாய்த் தோன்றும்
கதிரவனின் துணையோடு.

*

*

பயத்தில் பதறியோடும் பறவை
கண்ணாடியென
நான் யார் என்கிற
தெளிவான பிம்பத்தை
எனக்குக் காட்டுகிறது.

*

*

வாழ்வைத் தகிக்கும் துயரெனே
நொந்துகொள்கிறவன்
அந்தியில் வருத்தங்கள் ஏதுமின்றி
கூடடைகிறப் பறவையைப்
பார்க்காதவனாகத்தான் இருப்பான்.

*

*

விளைநிலங்கள்
கட்டடங்களானப் பின்பும்
வருத்தங்களின்றி அந்தியில்
கூடடையும் பறவையிடம் இருக்கிறது
வாழ்க்கைக்கான
மிகப் பெரிய பாடங்கள்.

*

*

நீங்கள் சுட்டும்
யாருமற்ற இடத்தில்தான்
ஒரு பூச்சி தன் இணை சேர்கிறது
ஒரு பறவை கூடமைக்கச்
சுள்ளி சேகரிக்கிறது.

*

நான் என்பதைத் தொலைத்த நான்

சிதறியச் சில்லறைகளைப் போல்
ஒன்றன் பின் ஒன்றாக
உருண்டோடி வரும்
சிற்றலைகளின் மீது மிக கவனமாய்
தனது ஒளிக் கரங்களால்
சித்திரம் வரைகிறது
காலைக் கதிரவன்
வெளிச்சச் சித்திரம்
களைந்து விடாதபடி
அலைகளைத் தனது
அகன்ற கரங்களில்
சேகரிக்கத் துடிக்கிறது அந்தக் கரை
வியப்பு கொள்ள வைக்கும்
இந்தத் தொடர் விளையாட்டை
மெய் மறந்து ஒற்றைக்காலில்
தொலைவில் நின்று
வேடிக்கைப் பார்த்துக்கொண்டிருக்கிறது
செந்நாரை தீரக்கமாய் நிலைகொண்டிருக்கும்
அந்த நீர்நிலையில் நிலை கொள்ளாமல்
ஓர் ஓரமாய்
ஆச்சரியத்தில் உறைந்தபடி
நின்றுகொண்டிருக்கிறேன்
நான் என்பதைத் தொலைத்த
நான்.
*

வாழ்வாகவும் மரணமாகவும்

தீபத்தின் சுடரை
ஒளியுமிழ வைத்துவிட்டு
மௌனமாய் ஒதுங்கிக்கொள்ளும்
தீக்குச்சியென
நீ.

உன்னைத் தேடும் ஆவலை
தொலைத்துவிட்டு
சுடரின் ஒளியில்
நடக்கத் தொடங்குகிறேன்
பயணத்தின் பாதையில்
எதிர்ப்படும் யாவற்றிலும்
அன்பென நிறைந்திருக்கிறாய்
நீ.

வெற்றியின் களிப்பைப் பகிரவோ
பங்கெடுத்துக்கொள்ளவோ நீயில்லாததால்
துயரமாய் அதை மாற்றிக்கொண்டு
வேதாளத்தை முதுகில் சுமக்கும்
விக்கிரமாதித்யனாய் இவ்வுலகில்
நான்.

செய்வதறியாது திகைத்தபடி
இருவருக்கும் பொதுவாய் நீள்கிறது காலம்
உனக்கு வாழ்வாகவும்
எனக்கு மரணமாகவும்.

*

*
துயரங்களிலிருந்து மீண்டெழும் அடுத்த கணத்தில்
மனிதன் தேடியலைந்த ஆறுதல்கள் அனைத்தும்
அபத்தங்களாகின்றன
*

*
காலம் கடந்து வந்த ஆறுதல்
கதிரியக்கக் கழிவென நிறைகிறது மனதில்.
*

*
ஒரு துண்டுப் புழுவை
முழுதாய் தின்று முடிக்கும் முன்னே
தூண்டில் முள்ளில் அகப்பட்டுக்கொண்ட
குடியானக் குளத்து மீனிடம்
அதன் மொழியில்
சொல்ல என்ன இருந்திருக்கும்
துரோகம் என்பதைத் தவிர.
*

ஆழ்ந்த இரங்கல்கள்

சற்று முன்பிருந்த
யாரோ ஒருவருக்கான அன்பு
காணாமல் போகிறது.

சற்று முன்பிருந்த
யாரோ ஒருவருக்கான உலகம்
காணாமல் போகிறது.

சற்று முன்பிருந்த
யாரோ ஒருவருக்கானத் துணை
காணாமல் போகிறது

சற்று முன்பிருந்த
யாரோ ஒருவரின் வாழ்க்கை
காணாமல் போகிறது.

அதைத்தான்...

மீண்டும் மீட்டெடுக்க முடியா
அந்த உயிரைத்தான்...
எதை கொண்டும் இட்டுநிரப்ப முடியா
அந்த வெற்றிடத்தைத்தான்...
சமாதானங்களுக்குள் அடங்காத
அந்த மாபெரும் துயரத்தைத்தான்...
ஈடு செய்யவியலா
அந்த மாபெரும் இழப்பைத்தான்...

ஆழ்ந்த இரங்கல்கள் என்ற
இரண்டு வார்த்தைகளில் சுருக்கிவிட்டு
மிகச் சாதாரணமாய்க் கடந்து செல்கிறோம்.
*

அனுபவப் பாடம்

முட்களால் அலங்கரித்துக்கொண்ட
வேலிக்காத்தான் மரத்தின் மீதும்
கண்ணாடி சீசாக்கள் பதிக்கப்பட்ட
மதில் சுவற்றின் மீதும்
சற்றே சிறியதான முட்கள் கொண்ட
போகன்வில்லாச் செடியின்
சிறு கிளையின் மீதும்
தொரட்டி முள்ளை
அரணென அமைத்திருக்கும்
தூதுவளைக் கொடியின் மீதும் நகரும்
ஓணான் அறிந்திருக்கிறது
நாமாக கிழித்துக்கொண்டால் உண்டு
எதுவும் வலிந்து வந்து
நம்மைக் கிழிக்காதென்று.
*

*
எல்லா ஒப்பனைகளும் கலைப்பதற்கே
அல்லது கலைக்கப்படுவதற்கே.
*

*
எதிர்காலம் குறித்த பீதியோ
அடுத்த பொழுதைக் குறித்த அச்சமோ
துளியுமின்றி பசியுண்டாக்கும்
தற்காலிகத் துயரத்தை கண்ணீரால் கரைத்தும்
தற்காலிக இன்பத்தை புன்னகையால் படரவிட்டும்
உறங்கப் போய்விடுகிற மொழி பழகாத குழந்தையின்
குட்டி உலகத்தில் ஒரேயொரு நாள் வசிக்க வேண்டும்.
*

*
எதன் மீதும் பற்றற்று இருக்க
அதே சமயம் சலனமற்ற
நீர்நிலையைப்போல
அளவு கடந்த அன்பையும் தக்க வைக்க
கோபித்துக்கொண்டிருக்கும் குழந்தையிடம்தான்
கற்றுக்கொள்ள வேண்டும்.
*

*
மழைக்கால பூச்சிகளின்
ரீங்கார ஒலியுணரும் மௌனமென்பது
மாபெரும் தவம்.
*

உடைவாளெனத்தான் சொற்கள்

சந்தேகக் கூண்டில் நிறுத்தப்படும்போது
அன்பின் நிமித்தம் உதிர்க்கப்படும் ஒரு சொல்
நிராதரவாய் பொருளிழந்து நிற்கிறது.

வலசைப் பறவையென
வாயிலிருந்துப் புறப்படும் கண்ணுக்குப் புலப்படாச் சொல்
எல்லா நேரங்களிலும் உரிய பொருளோடு
உரியவரிடத்தில் சென்று சேர்வதில்லை

சமயங்களில் அது சப்தமின்றி
ஒரு கொலையை செய்துவிடுகிறது
அல்லது தனக்குள்ளொரு
தற்கொலையை நிகழ்த்திக் காட்டுகிறது.

உடைவாளெனத் தான் சொற்கள்
சமயங்களில் யாரையோ நாம்
குத்தி விடுகிறோம் அல்லது
யாரோவால் நாம் குத்தப்படுகிறோம்.
*

முதல் திருட்டு

சிறுவயதில் நிராதரவாய் கைவிட்டு
ஓடிப்போன தாயொருத்தியை
நினைவில் சுமந்தபடியே
குற்றவுணர்வின்றிக் கோவில் உண்டியலை
உடைத்துத் திருடுகிறான் இளைஞனொருவன்.

முதல் திருட்டை கச்சிதமாய்
செய்து முடித்த பின்
சின்னதும் பெரியதுமான திருட்டுக்களை
தொடர்ந்து செய்யப் பழகிக்கொண்டவன்
திருட்டை வெறும் தொழிலெனப் பார்க்காமல்
கலையெனப் பழகிக்கொண்டான்
வழிப்பறி வீடுபுகுந்து கொள்ளை என
அவனது குற்றம் காலத்தில் பரிணாம வளர்ச்சியடைந்தது.

பிரிவும் ஏக்கமும் அவமானமும்
வடுவெனப் படிந்த அவன் உள்ளத்தில்
குற்றமென்று எதுவும் இல்லாமலிருந்தது.

மதுவுக்கும் கஞ்சாவுக்கும் அடிமையான
அவன் உள்ளம் அதிகம் கஞ்சாவையே நாடியது
எப்போதாவது நெஞ்சை அழுத்தும்
துயரம் பீடிக்கும்போதெல்லாம்
அவன் மதுவை நாடுவான்
ஓடிப்போன தாயின் வருத்தங்களை
சொத்தென அவள் சேர்த்து வைத்துப்போன
அவமானங்களை

மதுக்கூடத்தின் சிமெண்டு பெஞ்சில்
கரங்களைக் குத்திக்குத்தி
அழுது வெளியேற்றுவான்
தேவடியாளென சபித்துத் தூற்றியபடியே.

காலம் அவனோடு ஒத்துழைக்காத
நாளொன்றில் அவன் காவல்துறையால்
சிறைபிடிக்கப்படுகிறான்
ஊருக்கு வெளியிலிருக்கும் விடுதியொன்றில்
விசாரணைக்காக அழைத்துச் சென்று
குப்புறப் படுக்க வைத்து
கால்களை இறுக்கமாய்க் கட்டி
காக்கியின் லத்தி அவன் பாதங்களை
பதம் பார்க்கையில்
ஏனென்றுத் தெரியாமல்
வலியால் அவன் பெருங்குரலெடுத்து
அம்மா என்று கதறுகிறான்

அவன் பின்புலம் அறிந்துகொண்டு
அருகிலிருந்து வேடிக்கைப் பார்க்கும் எனக்கு
ஏனோ அந்த அம்மா எனும் சொல்லைக் கேட்க
முதல் முறையாய்
அத்தனை வலியாயிருக்கிறது.
*

*
பரபரப்பான பேருந்து நிலையத்தில்
பசிக்கு கையேந்தி யாசகம் கேட்டு வரும்
சிறுமியின் கண்களுக்குள் படிந்திருக்கிறது
நூற்றாண்டுகளின் இருள்
அவள் கண்களில் வெளிச்சம் பாய்ச்ச
ஏன் எந்தச் சூரியனும்
இந்த நிலத்தில் இன்னும் உதிக்கவேயில்லை.
*

*
என்னிடமிருந்து விலகி நின்றபோது
இந்த உலகம் எனக்கு நெருக்கமானது.
*

*
பேசிக்கொள்ள
யாருமற்ற மௌனப் பொழுதுகளில் பிறக்கும்
மென்மையான சொற்கள்தான்
அதீத வன்முறை செய்கிறது.
*

*
சற்று தொலைவில் கொத்திக் கொத்தி
தனித்து இரையெடுக்கும் பறவை
எனது மன இறுக்கங்களை
மெல்லத் தளர்த்துகிறது
இதயத்தின் ஆழத்திலிருந்து மேலெழும்பும்
சிறு புன்னகையொன்றை
யாருக்கும் தெரியாமல் காற்றில் கரைக்கிறேன்
ஏனென்றுத் தெரியாமல்
என்னை வினோதமாய்ப் பார்த்தபடி
சாலையில் கடக்கிற மனிதனுக்கு
புதிர் சிறகொன்று தானாய் இதழில் முளைக்கிறது.

அடுத்தமுறை அவனைப் பார்க்கையில்
அவனும் பறவையானத் தகவலை
நிச்சயம் அவனிடம் சொல்லிவிட வேண்டும்.
*

குரலின்றித் தவிக்கிறேன்

நீண்ட மௌனத்திற்கு பின்
சுற்றெங்கிலும் நான் தேடுவது
யாருடையக் குரலையோ அல்ல
என்னுடைய குரலைத் தான்
உங்களில் யாரோ ஒருவர் தான்
எனது குரலை தெரிந்தோ தெரியாமலோ
எடுத்துச் சென்றிருக்க வேண்டும்
ஒரு முறை சரிபார்த்து
அதை சாகும் முன்
என்னிடம் தயவுகூர்ந்து ஒப்படையுங்கள்
உங்களுக்கான பிரார்த்தனை
என்னிடம் இருக்கிறது
அதை உங்கள் தேவனின்
திருச்சபையில் வைக்க
குரலின்றித் தவிக்கிறேன்.

துன்பத்திற்குப் பல முகங்கள்

பேருந்தின் பின்னிருக்கையில்
தன் துணைவியிடம் தொடர் பிரார்த்தனையென
நீண்டநேரமாய் ஒரு துண்டு இனிப்பை
யாசித்துக்கொண்டிருக்கிறான் கணவன்

சமீபத்திய சர்க்கரைப் பரிசோதனையின்
அதிகப்படியான அளவைச் சொல்லி
இனிப்பை அவனுக்கு
வழங்க மறுக்கிறாள் மனைவி

பாத்திரமற்றப் பிச்சைக்காரனைப் போலான
கணவனின் தொடர் கெஞ்சலில்
எரிச்சலடைந்து பொறுமையிழந்த மனைவி
சுடுசொற்களைக் கொண்டு
அவனுக்குச் சூடு போடுகிறாள்

வெப்பம் தாளாமல்
வாயடைத்து மௌனமானவன்
மனதில் நினைத்திருக்கக்கூடும்
சர்க்கரை வியாதியை விட
இவள் மிகக் கொடுமையானவளென்று.

சூரியன் அவள்

மழை ஈரத்தை ஏந்தி அலையும்
குளிர் காற்றின் குறுக்கே புகுந்து
மங்கிய வெளிச்சத்தில்
ஈசல் பிடிக்கும் வௌவாலின்
வேட்டை வெறிகொண்டத் தனிமை
உனது பிரியங்கள்.

பருவநிலை ஒத்துழைக்காததால்
நிலத்தை நிராகரித்து
அசாதாரண வேட்கையோடு பறந்து
வெக்கையை விரும்பி
பெருங்கடலை தாகத்துடன் கடக்கும்
வலசைப் பறவையின் கடைந்தெடுத்தத் திமிர்
உனது நேசம்.

தொலைவில் பார்க்கையில்
குன்றிலிருந்து அமைதியாய் தரையிறங்கும் அருவி நீர்
ஆசையாய் அருகில் சென்றதும்
பேரிறைச்சலாய் மாறும் அந்த
அருவி நீரில் நனைகையில்
மூச்சு முட்டும்படியாய் அழுத்தும் அசுர வேகம்
உனது அன்பு.

உயிர்களை உயிர்ப்பிக்க கிழக்கே கிளம்பி
கருக வைக்கும் சாத்தியங்களோடு
உஷ்ணத்தோடு சேர்த்து வெளிச்சத்தை
வாரி வீசியபடி மேற்கில் மறையும்
மூர்க்கமான அந்தச் சூரியன்தான்
மொத்தத்தில் நீ.

அச்சங்களும் கூச்சங்களும்

கடற்கரை அருகில்
பேருந்து நிலைய நிழற்குடையின் கீழ்
வறுமையை அப்பிக்கொண்டத் துயரமென
அமர்ந்திருந்த நடுத்தர வயதுப் பெண்
சமிக்ஞையின் வழியே அழைத்துப் பேசி
அந்த நாளுக்கான தனது மாமிசத்தின்
விலையைச் சொல்லிவிட்டால்
எனது விருப்பம் அறியாமலே
வானிலையறிக்கையென கூட்டுப் பாவத்திற்கான
இடத்தையும் சொல்லிவிட்டால் கேட்காமலே

தலை தூக்கிய தயக்கத்தை
தைரியமாய்க் கொன்றுவிட்டு
சபலத்திற்கு இடம் கொடுத்த பின்
அவள் பரிந்துரைத்த மருந்துக்கடையில்
பெண் விற்பனைப் பிரதிநிதியிடம்
எப்படி ஆணுறையைக்
கேட்டு வாங்குவதென்றக் கூச்சத்திலும்
தெரியாத இடத்தில் என்ன நிகழுமோ என்ற அச்சத்திலும்
வேண்டாமென அரை மனதோடு
அப்பாவத்தை நிராகரித்து அவ்விடத்தை விட்டு
மௌனமாய் நகர்ந்து வந்துவிட்டேன்.

சட்டங்களுக்கும் தண்டனைகளுக்கும் பயம் கொள்ளாத
வாழ்வின் அநேகப் பொழுதுகளில்
ஒழுக்கங்கள் அல்ல
அச்சங்களும் கூச்சங்களுமே
தவறுகளிலிருந்தும் பாவங்களிலிருந்தும்
தாட்சண்யமாய் மனிதனைத் தப்பிக்க வைக்கிறது.

*

உடமையென
புத்தகங்களை மட்டும்
கைவசம் வைத்துக்கொண்டு
கதவில்லா ஓர் குடிலை
கடற்கரையோரம் அமைக்க வேண்டும்.
*

*

தேசத்தின் பிரஜையென்கிற
அடிப்படை அடையாளத்தைக் கூட
தொலைத்துவிட்டு
கள்ளமில்லாக் குழந்தையின்
தூயப் புன்னகையை மட்டும்
கைவசம் எடுத்துக்கொண்டு
இந்த அறையை விட்டு ஓர் நாள்
நிச்சயம் வெளியேறுவேன்
போலியானப் படையல்களை விரும்பாத
பைத்தியமென.
*

*

தடயங்களோடு
மெல்ல ஊர்ந்துச் செல்லும் நத்தையை
காரணமின்றிப் பின் தொடர்கிறேன்
அது மெல்லத் தன் இலக்கடைந்ததும்
அவசரமாய்த் திரும்பிப் பார்க்கிறேன்
எந்தத் தடயமுமின்றி மீண்டும் மீட்க முடியாத
எனது பகலில் பாதி காணாமல் போயிருந்தது
நானோ சாகசப் பயணம் செய்யும்
கோடிகளில் ஒருவனாய் மாறிப் போயிருந்தேன்.
*

*

நாள் முழுக்கப் பசியுடன் அலைந்துவிட்டு
பொறுக்கவியலாமல் நாளின் முடிவில்
எரிந்த சடலத்தை உண்ணும் அகோரியென
கழிவையள்ளி உண்ணும்
மனம் பிழன்ற பிச்சைக்காரனுக்கு
ஒரு பருக்கையைக் கூடப் பரிசளிக்காத
இந்தப் பிரபஞ்சத்தின் மீதும்
சிதைவுற்ற இந்த சமூகத்தின் மீதும்
அவ்வப்போது பேரச்சம் பீடிக்கத்தான் செய்கிறது.
*

ஆண்டவன்

கண்ணுக்கு புலப்படாத நெருப்பென
சுட்டெரிக்கும் கோடை வெயில்
விளையாடும் வீதியில்
செருப்பணியாமல்
வலிப்பு வந்தக் குழந்தையை
பதறியபடியே
தோளில் தூக்கிப் போட்டுகொண்டு
பிடித்தக் கடவுளின் பெயரை
உச்சரித்துக்கொண்டே
மருத்துவமனைக்கு ஓடுகிறாள்
இளம் தாயொருத்தி
பண்ணிரெண்டு மணிக்கே
கோவிலின் நடை சாத்தப்பட்டதை உணராமல்.

சொல்லித் தெரியுமுன்னே
நிலைமையை உணர்ந்து
துடிக்கும் இரு உயிர்களையும்
தனது இரு சக்கர வாகனத்தில்
ஏற்றிக்கொள்ளும்
முகமறியா அந்த மனிதனுக்கு
அங்கே ஆண்டவன் என்றுப் பெயர்.
*

செல்லரிக்கும் உருவங்களை அல்ல

நெடுநாள் கழித்து
வீடு திரும்புகிற ஒருவனைப் பார்த்து
அம்மா இளைத்துவிட்டதாக
வருத்தம் தெரிவிக்கிறாள்
அப்பா கருத்துவிட்டதாக
புகார்ச் சொல்கிறார்
சுற்றத்தில் உள்ள அனைவரும்
ஆளுக்கொரு வித்தியாசத்தை
அவனிடம் சுட்டிக்கொண்டிருக்கையில்
சற்று முன் பெய்த மழையில்
தலை துவட்டிக்கொண்ட
மலர்ச் செடியைப் போலான
அவ்வீட்டிலிருக்கும்
சற்றே வளர்ந்துவிட்டச் சிறுமி
அவனுடைய செல்லப் பெயரை
சொல்லி அழைத்து
வலிக்காமல் கிள்ளி விளையாடும்
தனது கன்னத்தைக் காட்டியபடி
புதிதாய்ப் பூத்த மலரென
கண்ணடித்துப் புன்னகைக்கிறாள்
குழந்தைகள் அன்பை மட்டுமே
பிரதானமாய் மனதில் பத்திரப்படுத்துகின்றன
காலத்தால் செல்லரிக்கும்
உருவங்களை அல்ல.

*

இயல்பிழந்து நிற்கும் கவிதை

கட்டளையென்று
எதுவொன்றையும் என் முன்னால்
நீங்கள் நீட்டும்போது
நான் அதை மீறவே நினைக்கிறேன்
கட்டளைக்குக் கீழ்ப்படிதலென்பது
நிறைய நேரங்களில்
மனதிற்குள் மரணங்களை
நிகழ்த்துவதாயிருக்கிறது.

தடயமின்றத் தரையிலிருந்து
மேலெழும்பும் பறவையெனத்தான்
இவ்வாழ்வை நான்
தகவமைக்க விரும்புகிறேன்
ஏனோ உங்கள் கட்டளைகள்தான்
குறுக்கே நின்று என்னை
இயல்பிழக்கச் செய்கின்றன.

உங்கள் கட்டளைகள் என்பது
நாஜிக்களின் வதைக் கூடத்தை விடவும்
கொடுமையானது.

இயல்பிழத்தல் என்பது
விபத்தில் சட்டென நிகழும்
ஒரு மரணத்தை விடவும் துயரமானது.

கட்டளைகள் இயல்பாய் பிரசவிக்கும்
இயல்பிழத்தலின் வலியைத்தான்
நீங்கள் பலரின் கண்களில் அவ்வப்போது பார்க்கிறீர்கள்
அப்படியே இயல்பிழந்து நிற்கும்
இக்கவிதையிலும்.

நெரிசலில் சிக்கி இறந்த வாழ்வு

ஒரு காதலைத் தேர்ந்தெடுத்தான்
அது கடந்துபோனப் பின்
ஒரு வேலையைத் தேர்ந்தெடுத்தான்
அதன் பிறகுத் தெரிந்தேத் தழலென
மனைவியைத் தேர்ந்தெடுத்தான்
அதன் பிறகு அவசரமாய்
பிள்ளைகளை ஈன்றெடுத்தான்
இயந்திரமென இடையிடையே
தனக்கென ஒரு வீட்டை
வாகனத்தை
ஆளை விழுங்கும்
ஆடம்பரப் பொருட்களை
பொன் நகைகளை என
எல்லாவற்றையும் வாங்கிக் குவித்தான்
பின் உயிர் பிழைக்க உதவாத
இன்சூரன்ஸ் பாலிசியை
இன்னும் பிறவற்றை
தேர்ந்தெடுத்தான்
ஈன்றெடுத்தான்
வாங்கிக் குவித்தான்
நெரிசலில் சிக்கி எப்போதோ இறந்த
அவனுடைய ஒரேயொரு
வாழ்வைத் தவிர.

*

வீரியமிக்க விஷம்

உனது கரிசனங்கள் அனைத்தும்
வெறுப்பாய்த் திரிந்த தருணத்தில்
ஓர் அன்பு துடிதுடித்து
இறந்துப் போயிருந்தது
அதன் பிரேதத்தை தான்
இப்போது சொற்களாய்
உன் முன் நிறுத்தியிருக்கிறேன்
வாழ்க்கை ஏன் நிறைய நேரங்களில்
வீரியமிக்க விஷத்தை
அன்பில் சுற்றித் தருகிறதென
வியந்து பார்த்துக்கொண்டிருக்கிறேன்
அந்த வியப்பு கருகும்படி
நெருப்பென வந்து விழுகிறது
நீ எப்போதோ உமிழ்ந்த
சுடு சொல்லொன்று.

*

எளிய மனங்களின் மோக முத்தம்

சூழல்களால் புறக்கணிக்கப்பட்டு
நிராசையாகிப்போன புணர்ச்சியைப் புதுப்பிக்க
நெய்தல் நிலத்திலிருந்து புலம் பெயர்ந்து
குறிஞ்சி நிலத்தின் சுற்றுலாவாசியாய்
மனைவியுடன் மலையுச்சியடைகிறான்
நடுத்தர வயதுக்காரன்.

மலைவாசியின் ஆதிக்கண்களை
கடன் வாங்கிக்கொண்டு
சுற்றியுள்ள புதர்க் காடுகளையும்
மலையுச்சியை உடைக்காமல்
உரசிச் செல்லும் மேகங்களையும்
வாரிக் குடிக்கிறான் பின்
மிகப் பழமையான மதுக்குப்பியைத் திறந்து
கண்ணாடிக் குவளையில் அம்மதுவை
மெல்ல ஊற்றுகிறான்.

பொறுமையாய் இரண்டு மூன்று
மிடறுக் குடித்து முடித்த பின்
மோகக் கண்களால்
தன் மனைவியைக் காண்கிறான்
புணர்ச்சிக்கான சீண்டல்களைப் புரிந்துகொண்டவள்
தூசு படிந்த தனது பழையக் கனவுகளைச்
சட்டெனப் புதுப்பிக்கிறாள்.

கூச்சத்தையும் ஆடையையும்
பாதியாய்க் குறைத்து
காமத்தின் ஆணிவேரில் தீப்பிடிக்கும்படி

மோக முத்தமொன்றை
அழுத்தமாய் அவனுக்குப் பகிர்கிறாள்
அடக்கம் செய்யப்பட்ட ஆதித்தாய்
அங்கிருந்து உயிர்த்தெழுந்து
வெப்பத்திற்கு பதிலாக
சிறு சாரலை மலை மீது
பொழியச் செய்கிறாள்
நிராசைகளின் நகலாகிப் போனவள்
சட்டென சாரலில் சிலிர்த்து
வனதேவதையாகிறாள்.

எப்போதாவது நீங்கள்
மலையுச்சியடைந்தால்
சில்லென்று வீசும் குளிர்க் காற்றில்
தடயமின்றி கைகோர்த்து வரும்
கண்ணுக்குப் புலப்படா ஈரமென்பது...

நீண்ட காலத்திற்கு முன்பு
பிள்ளைகளுக்காய்
தியாகம் என்கிற பெயரில்
துடிக்கத் துடிக்கக் கொல்லப்பட்ட
இரு எளிய மனங்களின்
மோக முத்தமென்பதை உணருங்கள்.
*

*

மரணத்திற்கான
சாத்தியங்களுடனே விடிந்து
மரணத்திற்கான
சாத்தியங்களுடனே முடிந்து போகிறது
வாழ்வின் எல்லா நாளும்
வேட்டை வெறிகொண்டு துரத்தும்
மிருகமெனத் தான் இவ்வாழ்வு
தப்பி பிழைக்க மூச்சிரைக்க ஓடும்
குட்டி மானெனத் தான் நாம்.

*

*

நண்பர்கள் அல்லாதவர்களையும்
தேநீருக்கு அழைக்கும்
மனோபாவம் உள்ளவரை
வாழ்க்கை மகத்தானதே.

*

*

நெரிசல் மிக்க நகரத்துச் சாலையில்
சற்று முன்பு யாரோ வாங்கிச் சூடிய
அரை முழம் மல்லிகை
ஒரு துண்டுப் பிரியமென
தவறி விழுந்துக் கிடக்கிறது
மனிதர்களைக் காட்டிலும்
மனிதர்களின் பிரியங்கள்
தொலைவதும் இறப்பதும்
அத்தனைக் கொடுமையானது.
*

*

கண நேரத்தில் முடிவெடுத்து
தற்கொலை செய்துகொண்டு
உலகத்தின் தொடர்பை
துண்டித்துக் கொள்பவனுக்கும்...
கணநேரத்தில்
தற்கொலை முடிவை மாற்றிக்கொண்டு
வாழ்க்கைக்குள் திரும்புகிறவனுக்கும்
பொதுவாய் பூமியில் பூக்கத்தான் செய்கிறது
ஒரு பூ.
*

*

நித்ய அன்பை
தீராத் துயரை
வன்மக் கசடை
ஆறாத ரணத்தை
துவளச் செய்த வலியை
புரட்டிப் போட்ட துரோகத்தை
வாழ முடியாமல் தவிக்கின்ற
ஒரு வாழ்வை என எல்லாவற்றையும்
ஓர் அடைமழை நாளொன்றில்
மரங்களடர்ந்த சாலைக்கு நடுவில் நின்று
ஒரேயொரு முத்தத்தை நாம்
மாறி மாறிப் பகிர்ந்துகொள்ள வேண்டும்
அதன் பிறகு நாம் தொடங்க வேண்டும்
மரணத்தை கலங்கடிக்கிற
ஓர் பூரண வாழ்வை.

*

இயலாமை

உடைந்த உள்ளத்தின்
சிதிலங்களிலிருந்து செதில் செதிலாய்
வெளியேறுகிறதுக் கண்ணீர்
தரையில் அமர்ந்தபடி
தனது கால்களையே ஆறுதலுக்கானத் தோலாக்கி
நீண்ட நேரமாய் முகம் புதைத்து
அழுதுகொண்டிருக்கிறாள்
இளம் பெண்ணொருத்தி.

பொருட்படுத்தாதப் பெருங்கூட்டம்
அந்தப் பேருந்து நிலையத்திலிருந்து
கடந்து போய்க்கொண்டேயிருக்கிறது
சுற்றம் என்ன நினைக்குமோ
என்ற எண்ணத்தில்
கருணைப் பெருக்கெடுக்கும்
எனது இதயத்திற்கு அணைபோட்டுவிட்டு
இயலாமை உண்டாக்கும்
பரிதவிப்பில் தேங்கி நிற்கிறேன்

நைந்துபோன ஒரு வாழ்வு உள்ளத்தில் உண்டாக்கிய
எதிர்காலப் பயத்தில் அழுதிருக்கலாம்.

நிராகரிக்கப்பட்ட அன்பை நெஞ்சில் சுமந்து
பாரம் தாளாமல் அழுதிருக்கலாம்.

கைநழுவிப் போன ஒரு வாழ்வை நினைத்து
விம்மி விம்மி அழுதிருக்கலாம்.

அழுகைக்கான காரணம் எதுவென்ற போதிலும்
ஏன் அழுகிறாய் எனக் கேட்க முடியாதபடி
கருணையையும் மனிதநேயத்தையும்
அவ்வப்போது காயங்களின்றி
உடைத்துக் கட்டுப்போடுகிறது
நாகரிகமென்ற பெயரில்
அநாகரிகங்களை நிகழ்த்தும்
இந்தச் சமூகம்.
*

யார் காரணம்..?

இவ்விரவில்
ஓர் உயிர் பிரிந்ததை அறிவிக்கும்
குலைநடுங்க வைக்கிற பெண்ணின் ஓலத்திற்கு
யார் காரணம்..?

இவ்விரவில்
பசியை மறைத்துக்கொண்டு
உறக்கத்தைத் தொலைத்து
வீதியில் அலையும்
வாழ்வாதாரம் இழந்தவனின் துயரத்திற்கு
யார் காரணம்..?

இவ்விரவில்
உணவகத்துக்கு வெளியில்
கையேந்தும் சிறுமியின் அவல நிலைக்கு
யார் காரணம்..?

இவ்விரவில் இந்நகரம்
கண்ணுக்குப் புலப்படாத தீப்பிடித்து எரிவதற்கு
யார் காரணம்..?

ஏன் இன்னும் கூட
தேவாலயங்களில் ஒலிக்கின்ற மணியும்..?
ஆலயங்களில் எரிகின்ற சூடமும்..?
மசூதிகளில் ஒலிக்கும் பாங்கும்..?
*

பட்டினிப் போட்டுவிடாதீர்கள்

ஏதுமறியாமலே என்னை குறித்து
நீங்கள் தீட்டும் மாயச் சித்திரத்தை

யோக்கியர்களைப் போல
நீங்கள் எனக்கு எதிராய் வைக்கும்
குற்றச்சாட்டுக்களை

இறைமைந்தர்களைப் போல
நீங்கள் அளவெடுக்கும்
எனது வன்மங்களை

குளியலறையின் உள்ளே நிகழும்
எனது அம்மணம் குறித்தான
உங்கள் கவலைகளை

குற்றமிழைத்தக் கைகளை
நெஞ்சுக்குக் குறுக்கே கட்டிக்கொண்டு
நீதிபதிகளைப் போல
நீங்கள் வழங்கும் தீர்ப்புகளை என
எல்லாவற்றையும் இன்னும் இன்னும்
தின்னக் கொடுப்பேன் இந்த எழுத்துகளுக்கு
நீங்கள் எதையும் நிறுத்தி
எழுத்துகளை பட்டினி போட்டுவிடாதீர்கள்.
*

*

சங்கிலியில் பிணைக்கப்படாமலே
வாலாட்டிக்கொண்டு எஜமானனைப் பின் தொடர்ந்தால்
அது தெருநாய்.
சங்கிலியில் பிணைக்கப்பட்டும்
முரட்டுத்தனமாய் இழுத்தபடி
தறிகெட்டு ஓடும் நாயை
மூச்சிரைக்க எஜமானன் பின்தொடர்ந்தால்
அது ஜாதிநாய்.

*

*

மரங்களடர்ந்த வசீகர நிழற்சாலையில்
கொத்திக் கொத்தி இரையெடுக்கும் பறவைகள் நிகழ்த்தும்
சொற்களற்ற இன்னிசைக் கச்சேரி
கண்ணுக்குப் புலப்படாத பேரருவியொன்றை
அவ்விடத்தில் பெருகச் செய்கிறது
அதன் சாரலின் ஈரத்தைத்தான் இப்போது நீங்கள்
ஒரு ஜோடிக் கண்களின் வழியே
உள்வாங்கிக் கொண்டிருக்கிறீர்கள்.

*

*
இலக்கற்ற பயணம் என்று
முடிவெடுத்த பின்தான்
ஆரம்பிக்கிறது முடிவற்ற சாலைகள்.
*

*
பூனையின் மென் பாதங்களுக்கடியில்
மறைந்திருக்கும் கூர் நகங்களென
மனித மனங்களுக்கு
அடியில் மறைந்திருக்கிறது
ஆழமான வன்மங்கள்
வேட்டை வெறியுடன் வெளிப்படும்
சமயங்களை எதிர்பார்த்து.
*

*
துளிர்த்தெழச் செய்யும்
அன்பென விழுகிறது மழை
நிலத்தின் மேல்.
*

*

விரும்பத்தக்க எதையும்
இவ்வாழ்வில் எதிர்பார்க்கவில்லையென்றாலும்
எப்போதும் தாராளமாய்த்தான் கிடைக்கின்றன
துருப்பிடித்த வாழ்வுக்கு வண்ணமடிக்கும்
குழந்தைகளின் அப்பழுக்கற்றப் புன்னகைகள்.
*

*

என்றோ எங்கோ
தெரிந்தோ தெரியாமலோ
தொலைத்தவற்றை
வேறொருவரின் சாயலில்
அல்லது வேறொன்றின் சாயலில்
இடைவிடாமல் தேடிக்கொண்டிருப்பதே வாழ்க்கை.
*

*

தேடித் தேடி சேகரித்து
களைத்தப் பின்தான் தெரிகிறது
சேகரித்த எதிலும்
இல்லவேயில்லை வாழ்வென்று.
*

*

முட்கள் கொடுக்கும்
வாழ்வின் நீளத்திற்குமான
இறையனுபவங்களை ஏனோ
ரோஜாக்களால் தரமுடிவதில்லை.

*

*

இப்படியும் சொல்லலாம்
மரணத்தை நோக்கி மெல்ல நகர்வதை
வாழ்க்கையென்று.

*

*

புழுவென நினைவில் ஊர்கிற
எல்லா முகங்களும் ஏனோ
வண்ணத்துப்பூச்சிகளாவதில்லை.

*

*

நெரிசல் மிகுந்த
நகரத்து வீதியில் கேட்பாரற்று
கொன்றுபோடப்பட்ட
அநாதைப் பிணமென
கைவிடப்பட்டு
பாழடைந்துபோன வீடும்
சிதிலமடைந்து அவ்வீட்டுக் கதவில்
துருப்பிடித்துத் தொங்கும் பூட்டும்
மிக எளிதாய் மனித இருப்பையும்
மனித விழுமியங்களையும்
கேள்விக்குள்ளாக்குகிறது.

எல்லாவற்றையும் பகடிக்குள்ளாக்கி
காலம் கொஞ்சம் கொஞ்சமாய்
கண்முன்னே மொத்தத்தையும்
தின்று செரிப்பதைப் பார்க்கவும்
அர்த்தமிழக்கச் செய்வதைப் பார்க்கவும்
அத்தனை பயங்கரமானதாய் இருக்கிறது.
*

*
எங்கோ வேட்டையாடப்பட்ட
ஒரு வாழ்வை
வெறும் கழிவென
என் வீட்டு வாசலில் முன்பு
போட்டுவிட்டு போகிறது
ரத்த ருசியை விரும்பும்
சாதுவானப் பூனை.
*

*
மரணத்தை தீர்மானித்துக்கொண்டு
இறப்பதற்கென்றே
பிறந்துவிட்டவர்கள் தானே நாம்
என்ன இடையில் கொஞ்சம்
வாழ்ந்துகொள்கிறோம்
அவ்வளவே.
நாம் ஏன் அதில் கொஞ்சம் கொஞ்சம்
அன்பைப் பகிர்ந்துகொள்ளக் கூடாது.
*

*

சிகரத்தின் உச்சி முகர்ந்து
நீண்டகாலத் தவத்தைக் கலைக்கும்
பறவையென
உனது முப்பதாண்டுக் கால
துயரத்தில் விளைந்த மௌனத்தை
ஒரு நெற்றி முத்தத்தில்
கலைக்க வேண்டுமென்கிற
எனது சின்னஞ்சிறிய கனவைத்தான்
நீ மிகப்பெரியப் பிரிவை அறிவித்து
துடிக்கத் துடிக்கக் கொன்றாய்.
*

*

கோடையிலிருந்து நழுவி
கார்காலத்திற்குள் விழும்
இடைப்பட்டக் காலத்தின் நாளொன்றில்
நீ எனக்குள் சப்தமின்றி
பூங்கொத்தோடு நுழைந்தாய்
எனக்குத்தான் அதை
காதலென்று உணர
சிறிது அவகாசம் தேவைப்பட்டது
நீயேன் சட்டென உணரும்படி
ஒரு முத்தத்தோடு வரவில்லை..?
*

*
அறையின் அதிபயங்கரமான
வெற்றிடங்களுக்குள் ஊடுருவி
எதிர்பக்கச் சுவற்றில்
இரைக்காய் காத்திருக்கும் பல்லியை இழுத்து வந்து
அப்பட்டமாய்ப் பிரதிபளிக்கிறது
நம்புங்கள் நிலைக்கண்ணாடியென்பது
எல்லா நேரங்களிலும்
நம் முகம் பார்க்க மட்டுமே இல்லை.
*

*
அக்கம்பக்கத்து வீட்டின்
ஞாயிற்றுக்கிழமை
கறிக்குழம்பு வாசத்தோடு சேர்ந்து
சொந்த வீட்டின் மீன் குழம்பு வாசமும்
அறைக்குள் அத்துமீறி நுழைகிறது
தனித்து விடப்பட்டவனின்
துயரைக் கிளறும் விதமாய்
பசி அகோரமாய் அத்தருணத்தில் மேலெழும்புகிறது
உங்களுக்குத் தெரியுமா அழைக்கும் தொலைவில்
அதுவும் ஒரேவீட்டில் அனைவரும் இருந்தும்
அநாதையாய் உணவகத்தில் உண்டு வாழ்வதின் துயரம்.
*

*

யாரோ ஒரு மனிதரின்
அவநம்பிக்கையின் சாரல் வீசும்போதெல்லாம்
இன்னொரு மனிதரின் நம்பிக்கை குடை
அரணென விரியத்தான் செய்கிறது
எப்போதும் விளங்கிக்கொள்ளவியலா
ஒரு சமன்பாட்டிற்குள்
இந்த வாழ்க்கை இடைவிடாமல்
இயங்கிக்கொண்டேயிருக்கிறது.
*

*

வாழ்க்கை நிறைய நேரங்களில்
நிறைய சம்பவங்களை
கொலையை நேரில் பார்த்த சிறுவனின்
கண்களைக் கொண்டுதான் பார்க்க வைக்கிறது.
*

*

ஏதோவொரு கணத்தில்
இல்லாமல் போகப் போகும் துயரங்களைத்தான்
ஓயாமல் சொல்லிக்கொண்டிருக்கிறது கடிகாரம்
அதனால்தான் மனிதன் எல்லா நேரமும்
கடிகாரம் பேசுவதைக் கேட்பதில்லை.
*

*
மரணத்தைத் தழுவும் பழுத்த இலை
வருத்தங்கள் எதுவுமின்றி
காற்றின் தயவோடு களிநடனத்துடன்
தானாக மண்ணடைய கற்று வைத்திருக்கிறது
பழுத்து உதிர்ந்த எந்த இலையிலும்
இதுவரையிலும் பார்த்ததில்லை வருத்தங்களை
வாழ்ந்து முடித்த நிறைவைத் தவிர.
*

*
சிறகுகள் படைத்த தேவதைகள் கூட
வரங்களோடு இவ்வாழ்வில்
வரத் தேவையில்லை...
மாறாக ஏன் எந்த
கிருஸ்துமஸ் தாத்தாவும்கூட
பரிசுப்பொருட்களோடு இந்த வாழ்க்கைக்குள்
இதுவரையிலும் வரவேயில்லை...?
*

*
தேடிச் சென்றுப் பெற்றுக்கொள்ள தயாராயிருந்தால்
ஆளுக்கொருப் பங்கு அலைகளை
கைவசம் வைத்திருக்கிறது கடல்.
*

*

யாருமில்லையென்கிற வருத்தத்துடன் விடிகிற
எல்லா நாட்களிலும்
எனக்கென ஏதோவோர் உணவகத்தில்
உணவு தயாரிக்கப்படுகிறதென்ற
சின்னஞ்சிறிய ஆறுதல்
பல நேரங்களில் போதுமானதாயிருக்கிறது.

*

*

இம்முறை வசீகரமான
மழைத்துளிகளையும்
அதன் ஈரத்தையும்
பின்னிருக்கையில் அமரவைத்து
அழைத்துச் செல்கிறேன்.
யார் சொன்னது
நான் தனியாயிருக்கிறேனென்று.

*

*

காலம் நேர்மையானக் கரையான்
எல்லாவற்றையும் அது செல்லரித்த
சிறிது சிறிதாக விழுங்குகிறது.

*

கசடுகள்

மின்சாரமற்ற பகலொன்றில்
நாகமென நினைவில் ஊர்கிறது
யாரோ உதிர்த்த ஒரு சொல்.

வகைமைக்குள் அடங்காத
மனப்புழுக்கம் கசடுகளை உண்டாக்க
ஜன்னல் வழி நுழைகின்ற
மென்காற்று போதுமானதாயில்லை
அந்த மனப்புழுக்கங்களை துடைக்க.

தீக்கங்கென உதிர்ந்ததோ அல்லது பெற்றதோ
எதுவான போதிலும் நினைவில் சேமித்த
சொற்கள் உண்டாக்கும்
கசடுகளும் புழுக்கங்களும்
எதைக்கொண்டும்
துடைக்கவியலாதவையாயிருக்கிறது.
*

*

ஆயிரம் அசுத்தங்களை அள்ளி வீசியபோதும்
அலைகளின் உதவியோடு
கழிவுகளைக் கரையில் துப்பிவிட்டு
யார் தயவுமின்றித் தனது புத்தம் புது அலைகளால்
நொடிக்கொருமுறைத் தன்னை
புதுப்பித்துக்கொள்கிறது சமுத்திரம்.

*

*

நீங்கள் உடைத்த பின்
நான் ஒட்டவைத்துக்கொண்ட
எனது நம்பிக்கை
எனக்கு இன்னொரு உலகத்தை
பரிசளித்துவிட்டது
அங்கு நான் பார்க்கிற எதையும்
நீங்கள் பார்க்க முடியாது.

*

*

நேசிக்கும்போதல்ல
நேசிக்கப்படும்போது
மனிதனுக்கு சிறகுகள்
முளைக்கத் தொடங்குகின்றன.

*

*

கிளையிலிருந்து உதிர்கிற பழுத்த இலை
மண்ணடைகிற வரை
தனக்குக் கிடைக்கிற
சின்னஞ்சிறிய இடைவெளியில்
பறவையைப் போலான
ஒரு குறுகிய வாழ்வை நிறைவாய் வாழ்கிறது.
*

*

உதிரவேண்டுமென்று
முடிவெடுத்துவிட்ட இலை
கிளையின் அனுமதிக்காக
காத்திருப்பதில்லை.
*

*

நேசித்தல் என்பதைத் தாண்டி
நேசிக்கப்படுதலென்பது அவசியமாகிறது
மழைக் காலத்தை முழுமையாய் ரசிக்க
வாழ்வைக் கசப்பின்றிக் கடக்க.
*

*

உங்கள் மீது நான் வைத்த நம்பிக்கையை
நீங்கள் உடைத்த போதல்ல
என் மீதான நம்பிக்கையை
நீங்கள் இழந்த போதல்ல
என் மீதான என் நம்பிக்கையையே
நீங்கள் தகர்த்தபோதுதான்
நான் உங்களிடமிருந்து விலகி
தனித்த வாழ்வை இந்தப்
பயணங்களில் தகவமைத்தேன்
தெரியுமா உங்களுக்கு
உலகம் முழுக்கச் சாலைகள் ஆபத்தானவையல்ல
அதில் பயணிக்கும் மனிதர்கள்தான் ஆபத்தானவர்கள்.
*

*

மழையென
எல்லா வருத்தங்களையும்
ஒரே மூச்சாய்
கொட்டித் தீர்த்துவிட வேண்டும்
காலமே வாழ்வே
எங்கே என் நிலப்பரப்பு.
*

*

மேகமுடுச்சிகள் காற்றின் அதிர்வில்
இலகுவாகி அவிழ்ந்து
மண் மேல் விழுந்து மரணமெய்தும்
மழைத்துளியென நான்
எனது உயிர்த்தெழல் என்பது
விதையைப் பிளந்து வெளிவரும்
துளிர்த்தலாய் இருக்கும்.

*

*

ஒரு கூட்டுக் கலவைக் கொதித்து
தேநீராக மாறக்கூட
சிறிது கால அவகாசம் தேவைப்படுகிறது
ஓர் உணர்வை வெறுப்பென்றும் கோபமென்றும்
அன்பென்றும் காதலென்றும்
அத்தனை அவசரமாய்த் திரித்துக்கொள்ளாதிருங்கள்.

*

*

தொலைவில் ஒலிக்கும்
குல்பி ஐஸ் வண்டியின் மணி சப்தம்
காரணமின்றி இவ்விரவில் என்னை
மீண்டும் குழந்தையாக்குகிறது.

*

சற்று முன்

அந்தி நேர அடிவானத்துச் சிவப்பை நினைவூட்டும்
குங்குமத்தை நெற்றி நிறைய வாரிப் பூசிக்கொண்டு

நிறைமாதக் கர்பிணியின் கரங்களை நினைவூட்டும்
விதவிதமான வண்ணங்களிலிருக்கும்
அளவு பொருந்தாதக் கண்ணாடி வளையல்களை
கரங்களில் கோர்த்துக்கொண்டு

யாரோ ஒருவரின் பிரியங்களை நினைவூட்டும்
அளவு பொருந்தாத மேல் சட்டையை
சங்கடமின்றி அணிந்துகொண்டு

பழைய பாடலொன்றை புன்னகைத்தபடியே
முணுமுணுத்துகொண்டு...

நெரிசல் மிக்க
நகரத்துச் சாலையில் நடக்கும்
பைத்தியக்காரியின் மனம்
எந்தப் புள்ளியில் பிழன்றிருக்கும்
என்ற கேள்வியோடு
அவள் முகவரித் தேடிப் போகிறது
சற்று முன் பிழன்ற என் மனம்.
*

*
வன்மங்களாலும் சூழ்ச்சிகளாலும்
நெய்யப்பட்ட மனிதன்
வனத்தில் கால் வைக்கையில்
பயத்தில் பட்சிகள்
பதறிபடியே வெளியேறுகின்றன
வனம் தற்காலிகமாய்த் தன்
குரலைத் தொலைத்து ஊமையாகிறது.
*

*
பார்வையற்றவன்
என்கிற போதிலும்
அவன் கண்களிலும்
இருக்கத்தான் செய்கிறது
நமக்கு ஏதோவொன்றை உணர்த்த
ஓர் உன்னத ஒளி.
*

*
நிலத்தைக் கரைத்து
நிறம் மாறி எல்லைகளைக் கடந்து
நதியெனப் பெருகியோடும்
மழைநீர் சுயமிழத்தலைப் பற்றி
ஒருபோதும் கவலை கொள்வதில்லை.
*

*

அவ்வப்போது எல்லாவற்றையும்
எதிரும் புதிருமாய்க் கலைத்துப்போட்டு
முரண்டு பிடிக்கிற முரணென
முன்னால் விரியும்
இவ்வாழ்க்கை ஓர் உன்மத்தம்.

*

*

நிம்மதியென்று தேர்ந்தெடுப்பவையெல்லாம்
நிம்மதியிழக்கவே செய்கிறது
தனிமையைத் தவிர.

*

*

சற்று முன்பு மேலிருந்த மேகம்
இப்போது மழையென மாறி
என் வாசல் நனைக்கிறது
மழையை வரவேற்கவோ வழியனுப்பவோ
யாரால் முடியும்..?
அதனால் முழுக்க நனைந்து
மரியாதை செய்கிறேன் மழைக்கு.

*

*

எனது அகவுலகத்தை நீயும்
உனது அகவுலகத்தை நானும்
புரிந்துகொண்டு உறவுப் பாலம் போட
உருவாக்கப்பட்டதுதான் மொழியெனில்
மொழியென்பதே முடிவற்ற அன்பு தானே
எப்படி அன்பெனத் திரளும் அம்மொழியை
வெறுப்பென உன்னால் அத்தனை எளிதாய்
திரித்துக்கொள்ள முடிகிறது.

*

*

அன்பெனும் அஹிம்சை நிழலைவிட்டு
மனிதன் விலகி நடக்கத் தொடங்கும்போது
வாழ்க்கை அவனை
தீயெனச் சுடத் தொடங்குகிறது.

*

*

துயில் களைத்து
எதிர்பார்ப்புகளற்று
கண் விழித்துப் பார்க்கும் காலையில்
தாயன்பென அருகிலிருக்கிறது
யாரோ ஒருவரின் குறுஞ்செய்தி
மலையளவுப் பொருட்களோ
கடலளவுச் சொற்களோ அல்ல
மாறாக வாழ்க்கை அழகானதென்று
சின்னஞ்சிறிய விஷயங்கள்தான்
அவ்வப்போது உறுதிப்படுத்துகிறது
இருப்பை அந்த ஒற்றைச் சொல்தான்
இன்னும் ஆழமாய் அர்த்தப்படுத்துகிறது.

*

*

முகமறியா ஊரில்
பாவனைகளும் ஒப்பனைகளும்
தேவையாயிருப்பதில்லை.

*

*

சற்றுத் தொலைவில் விளையாடுகிற
அந்நியரின் குழந்தையொன்று
வாஞ்சையுடன் அருகில் வந்து
எனது விரல் பற்றிக்கொள்கிறது
ஏனென்றுத் தெரியாமல்
சிறகு முளைக்கத் தொடங்கியிருந்தது
சிதிலமடைந்த மனதுக்கு.

*

*

எந்த ஊரிலெல்லாம் எதிர்ப்படுபவர் முன்
பெயரற்றவனாக நான் கடக்கிறேனோ
அதெல்லாமே எனது ஊர்.

*

*

கவனிப்பாரில்லையென்று
காட்டுப்பூக்கள் கவலைப்படுவதில்லை.
ஆம்... வசீகரமிக்க காட்டுப்பூக்களென்பது
கடைந்தெடுத்த கர்வம்
அது வீடற்றவனுக்காகவும்
தோட்டமாற்றவனுக்காகவும்
சாலையோரத்தில் பூத்திருக்கிறது.

*

அப்பா தொலைத்த முகம்

எப்போதாவதுதான் பார்க்க முடியும்
இயல்பாய் சிரிப்பதை
ஏகப்பட்ட வருத்தங்கள் இருந்தபோதிலும்
வாழ்வின் மீது அவருக்கு
புகார் இருந்ததாய்த் தெரியவில்லை
எப்போதும் அதை அவர்
வெளிக்காட்டிக்கொண்டதுமில்லை
அவருக்குப் பிடித்த வண்ணம்
எதுவென்றுத் தெரியாது
அதிகமாய் உடுத்தும் உடை
எதுவென்பதுத் தெரியும்
ஆனால் அவருக்குப் பிடித்த உடை
எதுவென்பதுத் தெரியாது
உப்பு காரம் குறைவாயிருக்க
வேண்டுமென்பதுத் தெரியும்
ஆனால் அவருக்குப் பிடித்தப் பண்டம்
எதுவென்பது தெரியாது
தினந்தோறும் அப்பாவை
நேரில் பார்க்கிறேன் என்றாலும்கூட
இதுவரையிலும் நான் பார்த்ததேயில்லை
அப்பாவின் உண்மையான முகத்தை.

அப்பா தனது உண்மையான முகத்தையும்
தனது பெருவிருப்பங்களையும்
எங்களுக்காய் தொலைத்திருந்தார்
நானோ அவரோ மீண்டும்
மீட்டெடுக்க முடியாக் காலப்பெருவெளியில்.

*